AF902108

वैयक्तिक व व्यावसायिक आयुष्यात हमखास यश मिळविण्यासाठी

संवाद कौशल्य

डॉ. आशा भागवत

डायमंड पब्लिकेशन्स

संवाद कौशल्य

डॉ. आशा भागवत

Sanvad Koshalya
Dr. Asha Bhagwat

पहिली आवृत्ती : जून २०१८

ISBN 978-93-86401-40-3

© डायमंड पब्लिकेशन्स, २०१८

मुखपृष्ठ

शाम भालेकर

अक्षरजुळणी

डायमंड पब्लिकेशन्स

प्रकाशक

डायमंड पब्लिकेशन्स

२६४/३ शनिवार पेठ, ३०२ अनुग्रह अपार्टमेंट

ओंकारेश्वर मंदिराजवळ, पुणे–४११ ०३०

☎ ०२०–२४४५२३८७, २४४६६६४२

info@diamondbookspune.com

ऑनलाईन पुस्तक खरेदीसाठी भेट द्या
www.diamondbookspune.com

या पुस्तकातील कोणत्याही भागाचे पुनर्निर्माण अथवा वापर इलेक्ट्रॉनिक अथवा यांत्रिकी साधनांनी–फोटोकॉपिंग, रेकॉर्डिंग किंवा कोणत्याही प्रकारे माहिती साठवणुकीच्या तंत्रज्ञानातून प्रकाशकाच्या आणि लेखकाच्या लेखी परवानगीशिवाय करता येणार नाही. सर्व हक्क राखून ठेवले आहेत.

प्रस्तावना

संवाद हा आपल्या जगण्याचा एक अविभाज्य भाग आहे. संवादाशिवाय जगण्याची आपण कल्पनाच करू शकत नाही. इतिहासात जरा डोकावून पाहिलं तर लक्षात येतं, की थोर विद्वान, मोठमोठे योद्धे आणि संत महात्मे यांच्याकडे संवादाची एक अशी शक्ती होती, जिच्या मदतीने ते विशाल जनसमुदायावर आपली छाप पाडण्यात यशस्वी होत असत. आपल्या संवाद कौशल्याच्या शक्तीने ते लोकांचं मतपरिवर्तन घडवून आणत असत. असं सामर्थ्य आहे, 'संवाद' या कलेचं.

असं असूनही आपण आपल्या संवादाच्या क्षमतेबाबत उदासीनच असतो. आपण काय बोलतोय, ऐकतोय, लिहितोय याकडे आपलं फारसं लक्ष नसतं. संवाद-कलेला आपण गृहीतच धरून चालतो. 'येईल आपोआप' असाच आपला दृष्टिकोन असतो. सुसंवाद आपल्या वैयक्तिक नात्यांमध्ये महत्त्वाचा असतोच पण आपण जेव्हा एखाद्या व्यावसायिक संस्थेत नोकरी करत असतो, तेव्हा तर आपल्या संवादाचं योग्य भान ठेवणं अतिशय महत्त्वाचं असतं. आपण काय बोलतोय, कुणाशी बोलतोय, आपल्याला हवा तसा संवाद झालाय की नाही, या सगळ्यांबाबत नेहमी दक्ष रहावं लागतं. स्वत:च्या संवाद-कलेला वारंवार पडताळून पाहावं लागतं. सुसंवादाने माणसं जिंकता येतात. 'बोलणाऱ्याचं काहीही खपतं' अशी आपल्याकडे म्हणच आहे ना? संवाद कौशल्य त्यालाच तर

म्हणतात. आपल्याला जे म्हणायचंय ते ऐकणाऱ्यापर्यंत तसंच पोहोचलं पाहिजे आणि जर ते ऐकणाऱ्याला त्याचा अर्थच समजला नाही तर....? तिथेच गैरसमज सुरू होतात, मतभेद व्हायला सुरुवात होते. एकमेकातील नाती ताणली जातात. अशा संवादाला 'विसंवाद' अथवा 'अपयशी संवाद' म्हणावं लागेल. योग्य प्रकारे संवाद करता न येणं ही अपयशाची पहिली पायरी ठरू शकते, कारण सुसंवादाची प्राथमिक जबाबदारी नेहमी बोलणाऱ्यावरच असते.

व्यावसायिक कंपन्यांमध्ये अथवा संस्थांमध्ये काम करताना 'संवादावर' जास्त भर दिलेला असतो. संवाद काम करणाऱ्या लोकांना एकमेकांशी जोडतो. एक 'टीमवर्क' करायला मदत करतो. संस्थेची व्याख्याच अशी केली जाते, की एका विशिष्ट उद्देशाच्या पूर्ततेसाठी लोकांनी एकत्र येऊन उभारलेला लोकांचा समूह / टीम. हा विशिष्ट उद्देश व्यावसायिक कंपन्यांच्या दृष्टीने 'यश' आणि 'पैसा' हा असू शकतो. तर सेवाभावी ट्रस्टच्या बाबत हे उद्दिष्ट वेगळं असू शकतं. असं जरी असलं, तरी लोकांनी एकत्र येऊन, मिळून काम करणं दोन्हीकडे गरजेचं असतंच. अशी बहुविध विचारांची माणसं एकत्र येऊन काम करणार असतील, तर त्यांच्यात 'सुसंवाद' असणं अत्यावश्यक आहे. नाहीतर 'दहा जणांची तोंडं दहा दिशेला' असं काहीसं चित्र दिसू लागेल. या सगळ्यांना समान सूत्रात बांधून एकत्र काम करायला लावण्याचं कसब 'मॅनेजमेंट'ला अर्थात व्यवस्थापनाला करावं लागतं आणि या कामासाठी त्यांचं मुख्य अस्त्र असतं, 'संवादकौशल्य'. इतरही अनेक अस्त्रं असतात त्यांच्या भात्यात, पण सुसंवादाने बरेच प्रश्न सहज सोडवता येतात, हे तर कुणीच नाकारत नाही.

जेव्हा दोन किंवा अधिक माणसं एकमेकांशी बोलत असतात किंवा एखादा वक्ता जनसमुदायाशी संवाद साधत असतो, तेव्हा नेमकं

काय घडत असतं ? जो माणूस बोलत असतो, तो ऐकणाऱ्यांना काही माहिती देत असतो, आपले विचार पटवून देतो, नवीन कल्पना मांडत असतो. ते नुसतंच बोलणं नसतं तर त्याहून अधिक काही घडत असतं, विचारांची देवाणघेवाण घडत असते. अशी बरीच उदाहरणं देता येतील, की संवाद साधतासाधता काही नवे विचार चमकून जातात, काही शोध लागतात. आपल्यालाही हा अनुभव आलेला असतोच. जेव्हा आपण द्विधा मन:स्थितीत असतो, चिंताग्रस्त असतो, काय करावं हे सुचत नसतं, अशा वेळी बऱ्याचदा आपल्या मनातले विचार, गोंधळ, चिंता आपण दुसऱ्याला सांगतासांगताच आपल्याला मार्ग सापडत जातो. कंपनीत किंवा कामाच्या ठिकाणीही अशाच प्रकारे उत्तरं शोधली जातात. संवादातूनच कितीतरी कल्पना, आराखडे, योजना मूर्त रूप घेत जातात. कंपन्यांसाठी किंवा संस्थांसाठी तर 'संवाद' ही एक लाइफलाइनच म्हणावी लागेल. कर्मचाऱ्यांमध्ये सुसंवाद असेल तर कंपनीची भरभराट होईल. त्यातही संस्थेची अंतर्गत यंत्रणा जितकी जास्त गुंतागुंतीची असेल, तितकी संवादाची गरज जास्त वाढत असते.

एक नक्की, की आपल्याला आपल्या नोकरीत, व्यवसायात अथवा वैयक्तिक आयुष्यातही यशस्वी व्हायचं असेल तर आपल्यातल्या संवाद कलेला प्रयत्नपूर्वक सुधारावं लागेल. त्यासाठी संवादाचे विविध पैलू समजून घ्यावे लागतील. या पुस्तकाद्वारे हाच प्रयत्न आपण करणार आहोत. आपलं पहिलं पाऊल तर पुढे पडलंच आहे. चिकाटीने पुढे प्रयत्न करू यात.

अनुक्रम

१

संवाद म्हणजे काय ?

संवादाचं महत्त्व आपल्या थोडंफार लक्षात आलंय. आता आपण 'संवाद' म्हणजे काय आणि तो दैनंदिन जीवनात कशा प्रकारे केला जातो हे पाहू या. खालील उदाहरण नीट वाचा.

सकाळचे आठ वाजलेत. दोन मध्यमवयीन गृहस्थ बस स्टॉपवर उभे आहेत. त्यांना त्यांच्या नोकरीवर जाण्यासाठी बस पकडायची आहे. त्यांच्या माहितीप्रमाणे बस ७:५० मिनिटांपर्यंत यायला हवी होती. त्यांच्यातला हा संवाद पहा.

गृहस्थ १	:	आज बसला बराच उशीर झालाय, नाही का ? आज लेटमार्क नक्की !
गृहस्थ २	:	हो ना ! हल्ली बस वेळेवर येतच नाही. एकतर अर्ध्या-अर्ध्या तासाने बसेस असतात. एक कॅन्सल झाली, तर आपला लेटमार्क ठरलेलाच त्या दिवशी.

गृहस्थ १	:	यांना काय पर्वा त्याची ? सगळा मनमानी कारभार. या आठवड्यात हे असं तिसऱ्यांदा होतंय; आपणच काहीतरी दुसरा मार्ग शोधला पाहिजे.
गृहस्थ २	:	तुमची कंपनी माझ्या रस्त्यावरच आहे. आपण 'शेअर रिक्षा' करून जाऊ यात का ? म्हणजे आणखी उशीर नको.
गृहस्थ १	:	(थोडा वेळ विचार केल्यावर) हं. मलाही असंच वाटतंय. चला, जाऊ या.

या संभाषणातून आपल्याला कळलं, की या दोन गृहस्थांमध्ये बऱ्याच माहितीची देवाणघेवाण झालीय. हे दोघे जण एकमेकांशी काहीच न बोलता बस स्टॉपवर तसेच उभे राहिले असते, तर त्यांचा प्रश्न सुटला असता का ?

बस अर्ध्या-अर्ध्या तासाने आहे, या माहितीचं वजन पहिल्या गृहस्थावर पडलंच असेल आणि त्यामुळे त्याला विचार करायला, निर्णय घ्यायला मदत झाली. एवढ्यात त्यांना हे पण आठवलं, की असं या आठवड्यात तिसऱ्यांदा घडतंय. घटनेची ही वारंवारता त्यांना निर्णय घेण्यास भाग पाडते.

या संभाषणातून ज्या प्रकारे माहितीची देवाणघेवाण झाली, त्यालाच 'संवादकौशल्य' म्हणतात. पहा, आपल्या नकळत बऱ्याचदा परिस्थितीच्या रेट्याखाली आपण इतरांशी योग्य तो संवाद करत असतो. इथे या दोघांमधला एक जण जरी संवादाला अनुत्सुक असता (कारण काहीही असू शकते, जसे त्याचा आज मूड ठीक नाही, त्याला इतरांशी बोलायला आवडत नाही किंवा या दुसऱ्या गृहस्थाबद्दल त्याचे काही पूर्वग्रह आहेत इ.), तर हा संवाद घडूच शकला नसता.

जर संवादाची व्याख्याच करायची झाली तर असं म्हणता येईल–

'एका व्यक्तीकडून दुसऱ्या व्यक्तीकडे होणाऱ्या अर्थपूर्ण माहितीच्या देवाणघेवाणीची प्रक्रिया म्हणजे संवाद.'

किंवा

'आपापसातील परस्पर सहमतीने झालेली विचारांची, जाणिवांची किंवा माहितीची देवाणघेवाण. ज्यामुळे ऐकणाऱ्यांची बोलणाऱ्यांशी सहमती जरी होऊ शकली नाही, तरी त्या विषयाबद्दल एक समान समज मात्र निश्चित होऊ शकेल.'

वरील वाक्यांचा, त्यातील शब्दांचा अर्थ नीट समजून घेऊ. माहिती अर्थपूर्ण हवी, तर तो खरा संवाद. अर्थहीन बोलणं म्हणजे नुसतीच बडबड नाही का ? अर्थपूर्ण संवाद कधी होईल ? तर सांगणाऱ्याला जे सांगायचंय तसंच ते जर ऐकणाऱ्याला समजलं, तर तो संवाद यशस्वी झाला असं म्हणायचं. या क्रियेमध्ये ऐकणारा सांगणाऱ्याच्या मताशी कदाचित सहमत होणार नाही. तरीही त्याच्यापर्यंत माहिती नीट पोहोचली म्हणजेच त्याला तेच समजलं जे बोलणाऱ्याला सांगायचं होतं, तरीही हा संवाद यशस्वी झाला असं म्हणता येईल.

म्हणजेच,

सांगणाऱ्याची माहिती = ऐकणाऱ्याला कळलेली माहिती

यशस्वी संवाद / सुसंवाद

पण जर

सांगणाऱ्याची माहिती = ऐकणाऱ्याला कळलेली वेगळी माहिती

अयशस्वी संवाद / विसंवाद

सांगणाऱ्याला जी माहिती सांगायची आहे, ती त्याला हवी तशीच ऐकणाऱ्यापर्यंत पोहोचवण्याची जबाबदारी माहिती सांगणाऱ्यावरच असते. सांगणाऱ्यानेच हे सुनिश्चित करायचं असतं की, आपण जे सांगतोय ते समोरच्याला कळलंय की नाही. हा महत्त्वाचा मुद्दा नीट समजून घ्यायला हवा. सांगणारा माहिती सांगितल्यावर हात झटकून नामानिराळा होऊ शकत नाही. त्याला जर संवाद साधायचा असेल तर, ऐकणाऱ्याला कळलं की नाही, नसेल कळलं तर पुन्हा प्रयत्न करणं ही जबाबदारी सांगणाऱ्याचीच असते. तशी ऐकणाऱ्याचीही जबाबदारी असते, नीट लक्ष देऊन ऐकण्याची (थोडक्यात कान उघडे ठेवून); पण जर विसंवाद झाला, तर ऐकणारा सहजतेने आपल्या कानावर हात ठेवून मोकळा होऊ शकतो. आपण सांगितलेली माहिती समोरच्यापर्यंत नीट पोहोचली की नाही हे आपण नंतर पडताळून पाहावं लागतं. त्यासाठी (प्रतिक्रिया / प्रतिसाद घेणं) हा मार्ग असतो. तो कसा आणि काय असतो हे आपण पुढे पाहणारच आहोत.

संभाषणाचं हे उदाहरण झालं आपल्या रोजच्या जीवनातलं. मग विचार करा, संस्थांमध्ये किंवा कंपन्यांमध्ये जिथे किचकट माहितीचं आदानप्रदान सतत होत असतं, तिथे तर संवाद यशस्वी करण्याची किती गरज असेल ? आणि माहिती अचूकपणे, स्पष्टपणे सगळ्यांपर्यंत पोहोचवणं हे पण किती अत्यावश्यक असेल ?

यशस्वी कंपन्यांमध्ये किंवा संस्थांमध्ये एक समान गोष्ट दिसेल ती म्हणजे त्यांच्याकडे सुसंवादासाठी राबवली जाणारी प्रभावी पद्धत. वेगवेगळ्या विभागातल्या कामगारांना एकमेकांशी तसंच वरिष्ठ अधिकाऱ्यांशी जोडणारा हा संवादाचा धागा बळकट असेल, तर त्याद्वारे निर्माण होणारं परस्पर सहकार्य आणि एकमेकांना बरोबर घेऊन केलेलं काम कंपनीचं उद्दिष्ट गाठण्यासाठी महत्त्वाचं ठरतं. सुसंवादाने एकमेकात

आपुलकीचं नातं तयार होतं. कंपनीशी किंवा संस्थेशी मनोमन बांधिलकी, जिव्हाळा निर्माण होण्यास मदत होते.

आत्तापर्यंतच्या विवेचनातून आपल्यासमोर संवादाची काही वैशिष्ट्यं स्पष्ट होतात ती म्हणजे -

१) **'संवाद' हा नेहमी दुहेरी प्रवास असतो** – तो नेहमी कमीतकमी दोन व्यक्तींमध्ये होतो. असं म्हणतात, की फक्त बोलत राहणं किंवा लेखी स्वरूपात सांगणं, ज्यामध्ये ऐकणाऱ्याच्या प्रतिसादाची शक्यताच उरत नाही असा संवाद गैरसमज पसरवण्यास पूरक ठरतो. खरंच, संवाद करताना समोरच्याची प्रतिक्रियाच सांगत असते, की आपलं बोलणं त्यांच्यापर्यंत पोहोचतंय की नाही.

२) **'संवाद' ही निरंतर चालणारी प्रक्रिया आहे** – ही फक्त एका वेळेपुरती किंवा प्रसंगापुरती मर्यादित नाही. संवाद घडवला जात राहतो, जोपर्यंत आपल्याला हवा तो परिणाम दिसून येत नाही.

३) **'संवाद' ही अल्पजीवी प्रक्रिया आहे** – ही प्रक्रिया संपते, जेव्हा ऐकणाऱ्याला माहिती किंवा संदेश योग्यरीत्या कळलेला असतो.

४) **संवादाचा हेतू** – हा माहिती/संदेश ऐकणाऱ्यांपर्यंत व्यवस्थित पोहोचवणं हाच असतो; म्हणूनच बोलताना आपण आपले शब्द नीट निवडायचे असतात. आपल्या वाक्यरचना, आपले हावभाव यांचाही विचार करायचा असतो.

५) **सुसंवादाने कंपनीचा / संस्थेचा हेतू साध्य करण्यास मदत मिळते** – प्रभावी संवादामुळे कंपनीबद्दलची माहिती कामगारांना

मिळते. आपल्याला कंपनीत सामावून घेऊन कंपनीचाच भाग मानलं गेलंय अशी भावना त्यातून कामगारांमध्ये निर्माण होते. त्यातून आपुलकी निर्माण होऊन चांगलं काम करण्याची इच्छा बळावते.

६) **संवाद एकमेकांमध्ये सहकार्य वाढवण्यास मदत करतो** – हे तर आपण आपल्या दैनंदिन जीवनातही पाहत असतोच. जी व्यक्ती बोलकी असते तिला मदत करायला सगळेच जण तयार असतात. अबोल व्यक्तीपासून चार हात दूर राहणंच लोक पसंत करतात, नाही का ? आपल्याला जर मदत, सहकार्य हवं असेल (आणि कंपन्यांमध्ये तर ते अत्यावश्यकच असतं), तर संवाद, तोही योग्य रीतीने करायला शिकलंच पाहिजे.

ही संवादाची प्रक्रिया नक्की कशी घडते याचं आणखी थोडं सविस्तर वर्णन पुढच्या प्रकरणात वाचू या.

२

संवादाची प्रक्रिया कशी घडते ?

संवादाच्या संपूर्ण प्रक्रियेमध्ये नेहमी सहा पायऱ्या असतात. त्या खालीलप्रमाणे -

१) आयडिएशन - कल्पना सुचणं.
२) एनकोडिंग - कल्पनेचं भाषेत, हावभावात रूपांतर.
३) ट्रान्समिशन - कल्पनेला ऐकणाऱ्यापर्यंत पोहोचवणं.
४) रिसीव्हिंग - ऐकणाऱ्याने संदेश ग्रहण करणं.
५) डीकोडिंग - संदेश समजून घेणं.
६) ॲक्शन - संदेशाप्रमाणे कृती करणं.

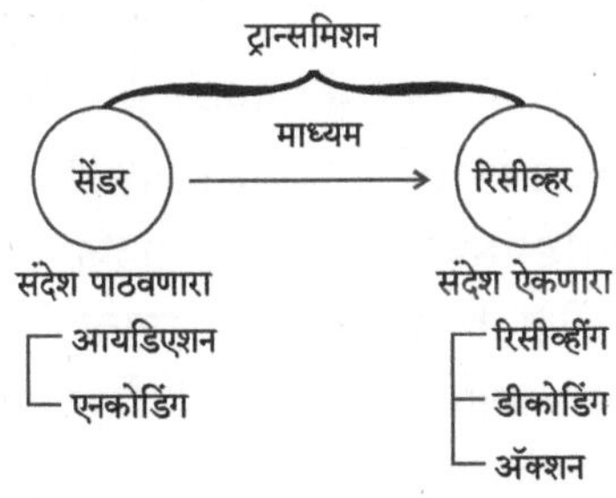

वरील वर्णनावरून हे लक्षात येतं, की पहिल्या तीन क्रिया या संदेश पाठवणाऱ्यांकडून घडतात तर उरलेल्या तीन क्रिया या संदेश ऐकणाऱ्याकडून होतात. ह्या क्रियांची सविस्तरपणे चर्चा करू यात.

१) **आयडिएशन** – ही पायरी म्हणजे संवादाची सुरुवात म्हणता येईल. या पायरीमध्ये बोलणारा किंवा संदेश पाठवणारा (आपण याला यापुढे 'सेंडर' असं म्हणू यात) आपल्या संदेशाची कल्पना मनात तयार करतो. ही कल्पना म्हणजे संदेशाचा मुख्य भाग असतो. ज्याच्या आधारावर सेंडर आपला संदेश तयार करतो. सेंडरच्या मनात कल्पना तयार होत असतानाच ती कल्पना कुणापर्यंत पोहोचवायची आणि कशी पोहोचवायची, याबद्दलचं मतही तयार झालेलं असतं.

२) **एनकोडिंग** – डोक्यात तयार झालेली कल्पना समोरच्यापर्यंत पोहोचवण्यासाठी त्याला कुठल्यातरी भाषेत, शब्दांत, चिन्हांत अथवा हावभावात रूपांतरित करावं लागतं. हे शब्द, भाषा, चिन्हं अथवा हावभाव हे सेंडर आणि रिसीव्हर या दोघांच्याही माहितीतील असायला हवी, नाहीतर 'पालथ्या घड्यावर पाणी' अशी गत व्हायची. कल्पना करा, सेंडर जर चिनी लोकांसमोर मराठीतून आपला संदेश देऊ लागला तर...?

याचाच अर्थ असा होतो, की एनकोडिंगमध्ये आपण आपल्या मनातल्या कल्पनेला एका संदेशामध्ये रूपांतरित करतो, जो संदेश मग रिसीव्हरकडे पाठवण्यायोग्य झालेला असतो.

एनकोडिंगमध्येच सेंडरला संदेश वहनासाठी वापरायच्या माध्यमांचादेखील विचार करावा लागतो, कारण संदेश वहनाच्या निरनिराळ्या माध्यमात शब्द योजनाही निराळ्या प्रकारे करावी लागते. उदा. एका टेलिग्रामची शब्दयोजना एका लांबलचक पत्रापेक्षा निराळीच

असते. टेलिफोनवरून केलेलं संभाषण हे समोरासमोर केलेल्या संभाषणापेक्षा नक्कीच वेगळं असतं. रहदारीचा हिरवा सिग्नल वाहन चालकासाठी पुरेसा संदेश असतो; पण तेवढा सिग्नल विमानांना 'टेक ऑफ' करण्यासाठी पुरेसा ठरत नाही. म्हणजेच संदेश कुठे आणि कसा द्यायचाय याचा विचार संदेश तयार करतानाच केला जातो.

३) **ट्रान्समिशन** – संवादाची ही तिसरी पायरी आहे. सेंडरने तो संदेश जसा पोहोचवायचा ठरवला आहे, तसाच तो पोहोचवण्याची ही क्रिया आहे. तुम्हाला वाटू शकतं, की यात चर्चा करण्यासारखं काय आहे? पण ह्या पायरीवर लक्ष दिलं नाही, तर खूप सारी गडबड होऊ शकते. कशी ते आपण पुढे पाहणारच आहोत.

याच पायरीवर सेंडरला संदेशवहन करणाऱ्या 'चॅनेल'चा विचार करावा लागतो. ही चॅनेल वर्तमानपत्र, रेडिओ, टेलिव्हिजन, फिल्म अशा 'मास मीडिया (Mass media) ची असू शकतात, नाहीतर संवादाची देवाणघेवाण करणारी चॅनेल्स जसं टेलिफोन, पत्रव्यवहार, हाताचे आणि चेहऱ्याचे हावभाव किंवा देहबोली असे कुठलेही असू शकतात. ही चॅनेल्स निवडताना सेंडरला त्या विशिष्ट चॅनेलची आपल्या संदेश-वहनासाठी उपयुक्तता किती आहे, याचाही विचार करावा लागतो. नाहीतर एखादा लांबलचक संदेश 'टेलिग्राम'द्वारे पाठवला गेला तर...?

योग्य चॅनेल निवडणं हे खूप महत्त्वाचं असतं, नाहीतर मुख्य संदेशाचीच मोडतोड होऊन अपेक्षित संवाद साधणं कठीणच होऊन जाईल.

४) **रिसीव्हिंग** – ही क्रिया संदेश ऐकणाऱ्याकडून केली जाते. संदेश ऐकणारा 'रिसीव्हर' तो संदेश लक्षपूर्वक ऐकतोय की नाही यावर ही क्रिया अवलंबून असते. बोलण्याच्या माध्यमातून संदेश पाठवण्याबाबत रिसीव्हर जर लक्षपूर्वक ऐकण्याची कला साध्य

असणारा असेल, तर संदेश जसा योजला आहे तसाच तो त्याच्यापर्यंत पोहोचण्यास मदत होते. रिसीव्हरकडून ऐकण्यात होणारा निष्काळजीपणा, दुर्लक्ष, संदेशाचं स्वरूप बदलून टाकू शकतो. संवाद परिणामकारक होऊ शकत नाही; कारण मुळात संदेशच व्यवस्थित पोहोचलेला नसतो. आपण हा प्रकार बऱ्याचदा अनुभवलेला आहे. आपल्या मनात वेगळे विचार चालू असताना कुणी आपल्याशी काही बोलत असेल, तर आपण त्याला पाहिजे तो प्रतिसाद देऊ शकत नाही कारण आपण तो संदेश नीट ऐकलेलाच नसतो.

या पायरीवर आणखी एक घटक महत्त्वाचा असतो, तो म्हणजे संदेश व्यवस्थित समजून घ्यायची रिसीव्हरची मानसिक तयारी. रिसीव्हर नुसतं ऐकणारा असणं पुरेसं नाही, त्याचा एकूण दृष्टिकोन असा असायला हवा, की जे सांगितलं जातंय ते मला नीट समजून घ्यायचंय म्हणजे मग ते माझ्यापर्यंत पोहोचेल आणि त्या संदेशावर आवश्यक ती प्रक्रिया मी सुरू करेन. हा सकारात्मक दृष्टिकोन खूप कमी लोकांकडे असतो. आपण एखाद्याचं बोलणं किंवा भाषण ऐकायला बसतो तेच मुळी आपले सर्व पूर्वग्रह, ठाम कल्पना यांच्यासहित आणि अशा वेळी जे जे काही ऐकायला मिळतं, त्यावर याच पूर्वग्रहदूषित दृष्टिकोनातून विचार केला जातो. काही नवा विचार मांडला गेला असेल, तर तोही आपल्याला समजत नाही. आपल्या ज्ञानात भर पडत नाहीच परंतु आपलेच पूर्वग्रह, मतं मात्र अधिक बळकट होतात. याचा काय फायदा होईल ?

हाच मुद्दा पुढच्या पायरीलाही लागू होतो.

५) **डीकोडिंग –** संदेश समजून घेणं या पायरीला डीकोडिंग म्हणतात. ही एनकोडिंगच्या बरोबर उलट क्रिया आहे. या क्रियेत सेंडरने वापरलेल्या शब्दांचा, चिन्हांचा, हावभावांचा अर्थ लावण्याची क्रिया रिसीव्हरकडून होते.

आपण आधीच पाहिल्याप्रमाणे संदेशाचा अर्थ समजावून घेण्याची क्रिया ही रिसीव्हरच्या ग्रहणशक्तीवर बऱ्याच अंशी अवलंबून असते. प्रत्येकाची ग्रहणशक्ती मात्र वेगवेगळी असते. ती तशी तयार होण्यालाही बरीच कारणं असतात, पूर्वानुभव असतात. संदेश समजून घेण्याची क्रिया जर अपेक्षेप्रमाणे झाली नाही, तर संवाद परिणामकारक होणार नाही. ज्या हेतूने संवाद सुरू करण्यात आला, तो हेतूच सफल होणार नाही.

६) **ॲक्शन म्हणजेच कृती** – संदेश ऐकल्यानंतर त्याला प्रतिसाद म्हणून जी कृती रिसीव्हरकडून केली जाते, ती त्या संवाद प्रक्रियेची शेवटची पायरी म्हणता येईल.

हा प्रतिसाद वेगवेगळ्या प्रकारचा असू शकतो. रिसीव्हरला संदेश किती कळलाय यावर त्याचा प्रतिसाद अवलंबून असतो.

रिसीव्हर संदेश ऐकून त्याकडे दुर्लक्षही करू शकतो, संदेश व्यवस्थित लक्षात ठेवून त्याप्रमाणे कृती करू शकतो किंवा मूळच्या संदेशाला प्रतिक्रिया म्हणून दुसरा संदेशही पाठवू शकतो.

अशी सहा पायऱ्यांमधून संवादाची प्रक्रिया घडत असते. या सहा पायऱ्यांव्यतिरिक्त आणखीही दोन पायऱ्या संवादात कधीकधी सापडतात; त्या म्हणजे.

१) स्वीकृती आणि २) मत (फीडबॅक).

कधीकधी खासकरून कंपन्यांमध्ये एखादा संदेश इतरांना समजला आहे की नाही आणि तो त्यांनी मान्य केलाय की नाही, याबद्दलची नोंद ठेवली जाते. याला 'स्वीकृती' घेणं म्हणू यात. ही पायरी महत्त्वाची अशासाठी, की या स्वीकृतीने सेंडरला हे कळायला मदत मिळते की त्याचा संदेश ऐकणाऱ्यांपर्यंत त्याला हवा तसा पोहोचला आहे की नाही; जर तो अपेक्षेप्रमाणे पोहोचला नसेल आणि ऐकणाऱ्यांना त्याची

स्वीकृती द्यायची नसेल, तर सेंडर वेगळ्या प्रकारे संदेश पोहोचवण्याचे प्रयत्न पुन्हा करू शकेल; जर सर्वांची त्या संदेशाला स्वीकृती मिळाली, तर ही गोष्ट एकमेकांमध्ये सहकार्य वाढवण्यासाठी उपयोगी ठरेल.

याच प्रकारे सेंडर आपल्या संदेशावर इतरांची मतंसुद्धा मागवू शकतो. त्या मतांवरून त्याने पाठवलेल्या संदेशाची परिणामकारकताही त्याला समजू शकते. या मतांमुळे त्याला पुढील संदेश वहनाच्या वेळी योग्य तो सुधार करणं शक्य होतं.

आपण आत्तापर्यंत संवादाची प्रक्रिया समजून घेतली. संवादामध्ये कोणकोणते घटक आपापली भूमिका बजावतात, हे आता समजावून घेऊ.

३

संवादाचे घटक

संवाद होताना काही घटक आपापली भूमिका बजावत असतात. हे घटक कोणते आणि त्यांचं महत्त्व काय आहे हे आपण जाणून घेऊ यात.

१) **संवादाचे उगमस्थान (सोर्स)** – म्हणजेच सेंडर ही व्यक्ती, ज्याच्याकडे इतरांना सांगण्यासाठी काही संदेश असतो, काही कल्पना असते. सेंडर त्या कल्पनेला भाषेत, हावभावात रूपांतरित करतो. त्यासाठी त्याला अशी भाषा निवडावी लागते जी ऐकणाऱ्याच्या परिचयाची असेल.

सेंडर संदेश तयार करतानाच तो कोणत्या माध्यमाद्वारे ऐकणाऱ्याकडे पोहोचवायचा याचाही विचार करतो तसेच तो संदेश कुणापर्यंत पोहोचवायचा, त्या रिसीव्हर लोकांबाबतची स्पष्ट कल्पना त्याच्या मनात तयार असते.

२) **खुद्द संदेश** – ही अशी कल्पना असते जी सेंडरमार्फत दोघांच्याही परिचयात असणाऱ्या भाषेतून, हावभावातून काही माध्यमांद्वारे

रिसीव्हरपर्यंत पोहोचवली जाते. या संदेशाचे एनकोडिंग आणि डीकोडिंग याबाबत आपण आधीच्या प्रकरणात चर्चा केली आहेच.

संदेश हा नेहमी सुस्पष्ट असावा. सेंडरच्या मनात संदेशाबाबत कोणताही गोंधळ किंवा अस्पष्टता असेल, तर संवादावर त्याचा विपरीत परिणाम होतोच. तसेच संदेश नेहमी सोप्या भाषेतच तयार करावा ज्यामुळे तो समजण्यास अडचण येत नाही.

३) **'माध्यम' किंवा चॅनेल** – माध्यम हे एक असं साधन आहे, ज्याच्या मदतीने सेंडर आपला संदेश 'रिसीव्हर' पर्यंत पोहोचवतो.

या माध्यमाचे निरनिराळे प्रकार आहेत. उदा. –

- खूप लोकांपर्यंत जर संदेश पोहोचवायचा असेल, तर मास मीडियाचा वापर करावा लागतो जसे की वर्तमानपत्र, रेडिओ, टेलिव्हिजन अथवा पत्रकं छापून वाटणं, फेसबुक, चॅटिंग इ.
- दोन व्यक्तींमध्ये जर संवाद होत असेल, तर समोरासमोर होणारं संभाषण, टेलिफोनवरून होणारं संभाषण, पत्रव्यवहार किंवा इलेक्ट्रॉनिक मीडिया जसा इ-मेल, व्हॉट्‌ॲप इ.चा वापर होतो.
- अनौपचारिक संवाद हे तोंडी संभाषणाने होतात.
- औपचारिक संवादासाठी पुष्कळदा लेखी संवादावरच भर दिला जातो.

योग्य माध्यम निवडताना काही बाबींचा विचार जरूर करावा लागतो. उदा. –

१) आपला संदेश किती मोठा आहे?

२) कोणत्या प्रकारचा आहे?

३) उपलब्ध व परवडणारी माध्यमे काय आहेत ?

४) त्याचा एकूण खर्च किती आहे ?

५) आपल्या संदेशासाठी कोणतं माध्यम जास्त परिणामकारक ठरेल?

याचा एकत्रित विचार करून योग्य ते माध्यम निवडावं लागतं. कित्येकदा आपल्याला असा अनुभव येतो, की काही सांगायचंय पण ते कसं सांगावं, तोंडी सांगण्यासाठी शब्द तयार होत नाहीत; पण लिहून काढण्यासाठी कदाचित हे शब्द सुचू लागतात. काही वेळा तोंडी आणि लेखी अशा दोन्ही माध्यमांची गरज भासते.

४) 'रिसीव्हर' – रिसीव्हर म्हणजे ज्याच्यासाठी संदेश बनवला जातो ती व्यक्ती किंवा समूह. रिसीव्हरलाच विचारात घेऊन माध्यमाची निवड केली जाते. रिसीव्हरचा अभिप्राय (फीडबॅक), मत सेंडरसाठी महत्त्वाचं असतं. रिसीव्हरकडून संदेशग्रहण करण्यात झालेला गोंधळ किंवा दुर्लक्ष हे सुसंवादाला पर्यायाने हानिकारक ठरतं.

५) परिणाम – हा संवादातील अखेरचा आणि महत्त्वाचा घटक आहे. संदेश ऐकल्यावर त्याला प्रतिसाद म्हणून रिसीव्हरने काही कृती करणं किंवा आपल्यात तसे बदल घडवून आणणं याला संवादाचा परिणाम म्हणू यात. या सकारात्मक परिणामासाठीच आपल्याला संवाद-कला शिकायची आहे.

आपल्याला हवा तसा परिणाम आपण आपल्या बोलण्यातून आणू शकू; अशा प्रकारे संवाद-कला शिकणं ही काळाची गरज आहे.

४

संवादाचे प्रकार

आत्तापर्यंत आपण हे पाहिलं, की संवादाचं महत्त्व संस्थेमध्ये किंवा कंपन्यांमध्ये किती आहे. संवादाच्या आधारावरच कंपन्यांचं काम सुरळीतपणे चालतं. संवाद ही कंपनीची लाइफलाइनच म्हणा ना! कंपन्यांमध्ये वेगवेगळे चॅनेल्स वापरून संवाद साधला जातो. त्या चॅनेल्सची थोडक्यात तोंडओळखदेखील आपण करून घेतली.

हे चॅनेल्स कोणत्या संदेशासाठी वापरायचे, हे ठरवायचं असेल तर त्यासाठी संदेश कोणत्या प्रकारचे आहेत, हे आपल्याला आधी ठरवावं लागेल. संवादाचे प्रकार वेगवेगळ्या गोष्टींवरून ठरवतात, जसे की संदेश कोणता आहे, कुणाला पाठवायचा आहे, कुणाशी संवाद साधायचा आहे आणि या संवादातून कोणतं नातं तयार होत आहे. या सगळ्यांवरून संवादाचे प्रकार ठरतात.

संवादाचे प्रकार आपण साधारणतः पुढीलप्रमाणे करू शकतो.

अ) 'संवादाची दिशा' यावरून संवादाचे पुढील तीन प्रकार पडतात.

१) वरिष्ठांकडून-कनिष्ठांपर्यंत केलेला संवाद
(Downward communication.)

२) कनिष्ठांकडून-वरिष्ठांकडे केलेला संवाद
(Upward communication.)

३) समान पातळीवरील संवाद
(Horizontal Communication.)

ब) 'संवादाचे माध्यम' यावरून पडणारे प्रकार

१) तोंडी संवाद

२) लेखी संवाद

क) 'संस्थेतील पद-रचना' यावरून पडणारे संवादाचे प्रकार

१) औपचारिक संवाद

२) अनौपचारिक संवाद

आपण या सर्व प्रकारांची थोडक्यात चर्चा करू.

अ) संवादाची दिशा

यावरून आपल्या लक्षात येतं की कंपनीत पदांची जी उतरण असते, त्या पदांनुसार संवाद जर वरिष्ठांपासून-कनिष्ठ कर्मचाऱ्यांपर्यंत किंवा कनिष्ठ कर्मचाऱ्यांकडून-वरिष्ठांपर्यंत अथवा समान पदांवर काम करणाऱ्या सहकाऱ्यांमध्ये होत असेल, तर त्यानुसार त्याचे प्रकार पडतात.

१) वरिष्ठांपासून-कनिष्ठांपर्यंत केला जाणारा संवाद (Downward communication) – म्हणजे पदांच्या उतरणीत खालच्या दिशेने केलेला संवाद. हा संवाद बहुधा औपचारिक स्वरूपाचाच असतो.

औपचारिक माहिती इतरांपर्यंत वेगवेगळ्या पातळीवरून जात पोहोचते.

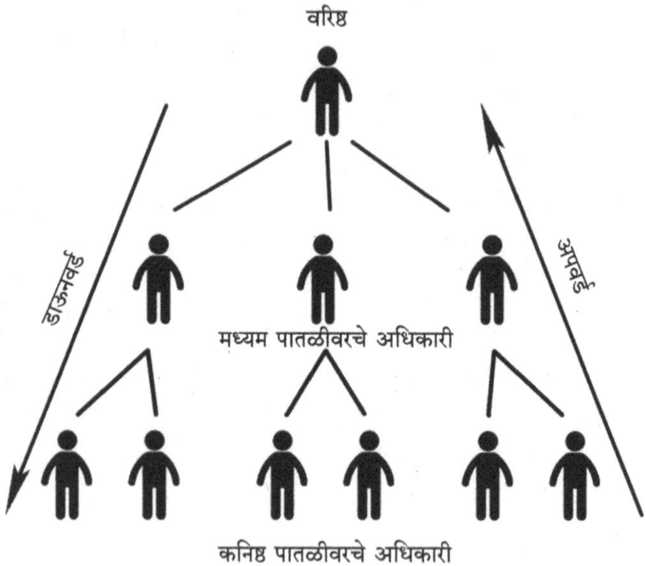

एखादा आदेश, सूचना कनिष्ठ अधिकाऱ्यांपर्यंत पोहोचवायची असेल, तर ती या प्रकारच्या संवादाने पोहोचवली जाते. कंपनीचे नवीन – जुने नियम कर्मचाऱ्यांना माहीत करून देणं, कंपनीच्या योजना, कार्यक्रम, काम करण्याच्या पद्धती, प्रोटोकॉल इ. सारखी औपचारिक माहिती या प्रकारच्या संवादामार्फत पोहोचवली जाते.

कर्मचाऱ्यांना कामाच्या बाबतीत काही सूचना द्यायच्या असतील किंवा अशा काही महत्त्वाच्या सूचनांची गरज काम चांगल्या प्रकारे करण्यासाठी कशी आवश्यक आहे हे समजावून द्यायचं असेल, तर हा संवाद होतो.

कनिष्ठ अधिकाऱ्याच्या कामाच्या दर्जाबाबत वरिष्ठ अधिकाऱ्यांना आपलं मत मांडायचं असेल, तर ते अधिकारी कनिष्ठांशी संवाद करतात. वरिष्ठांकडून कामाचं विश्लेषण झाल्याने आपलं काम कसं झालंय, आपण कुठे कमी पडतोय किंवा आपल्या कामात आपण कसा बदल करायला हवा हे कनिष्ठ अधिकाऱ्यांना अथवा कर्मचाऱ्यांना कळते.

काही वेळा वरिष्ठ अधिकाऱ्यांना आपल्या सहकाऱ्यांची किंवा कनिष्ठ अधिकाऱ्यांची मतं जाणून घ्यायची असतात. कर्मचाऱ्यांनी एखाद्या विषयावर काही नवीन कल्पना सुचवाव्यात किंवा त्यांच्या त्या विषयाबाबत काही सूचना असतील तर, काम चांगल्या प्रकारे करण्याच्या हेतूने त्या वरिष्ठांकडून मागवल्या जातात.

हा संवाद वरच्या पदावरील व्यक्तीकडून कनिष्ठ पदावरील व्यक्तीपर्यंत झिरपत जाणारा आहे. वरिष्ठ पदावर असणारे अधिकारी हे त्यांच्या अधिकारामध्ये कनिष्ठ पदावर काम करणाऱ्यांना चालना देतात. वरिष्ठ अधिकाऱ्यांची ही जबाबदारी असते की, सर्वांत खालच्या पदावरील कर्मचाऱ्यापर्यंत संवाद पोहोचावा, जेणेकरून आवश्यक ती माहिती सर्वांपर्यंत पोहोचेल. या प्रवासात हा संवाद मधल्या पातळींमार्फतही केला जातो. मधल्या पातळीवरचे अधिकारी हा संवाद पुढेपुढे न्यायचं काम करतात.

वरिष्ठ अधिकाऱ्यांना या प्रकारच्या संवादाचा वापर करून कंपनीतील सहकाऱ्यांच्या, कर्मचाऱ्यांच्या कामावर नियंत्रण ठेवता येतं. त्यांच्या कामाचा दर्जा कसा आहे, त्यांचं काम अपेक्षेप्रमाणे होतंय की नाही यावर वरिष्ठ नजर ठेवून असतात. त्याबद्दल मत मांडतात, सूचना देतात. अशा प्रकारे कामावर नियंत्रण राहिल्याने कर्मचाऱ्यांकडून कंपनीला अपेक्षित असं काम करून घेणं सोपं होतं.

तसंच कनिष्ठ पातळीवरील कर्मचाऱ्यांना त्यांच्या लगेचच्या वरिष्ठ अधिकाऱ्यांकडून काही चुकीचे संदेश / आदेश तर जात नाहीयेत ना

किंवा काही गैरलागू मागण्या तर त्यांच्याकडून केल्या जात नाहीयेत ना, यावरसुद्धा नियंत्रण ठेवणं, त्याचा तपास सुरळीत व्हावा अशा कारणांसाठीसुद्धा अशा प्रकारचा संवाद केला जातो.

जेव्हा एक वरिष्ठ अधिकारी आपल्याशी संवाद साधण्याचा प्रयत्न करतो, तेव्हा आपल्यालाही कंपनीत काही स्थान आहे, आपलं कामही महत्त्वाचं आहे, ही भावना कनिष्ठ अधिकाऱ्यांमध्ये एक समाधान निर्माण करते. त्याच्या मनात वरिष्ठांबद्दल आपुलकी निर्माण होते. त्यामुळे ते आत्मीयतेने काम करण्यास उद्युक्त होतात.

या सगळ्या फायद्यांमुळे हा संवाद महत्त्वाचा ठरतो. परंतु, फायद्याप्रमाणे या प्रकारच्या संवादाचे काही तोटेही आहेत.

या संवादात माहिती कनिष्ठ पातळीवर पोहोचेपर्यंत मधल्या अनेक पातळ्यांवरील लोकांकडून झिरपत येते. प्रत्येकाच्या ग्रहणशक्तीनुसार ही माहिती ती ती व्यक्ती आत्मसात करते. माहितीचं आदानप्रदान होताना शब्दांचे निरनिराळे संबंधित अर्थ लावले जाऊ शकतात. सर्वांत खालच्या पातळीपर्यंत ती माहिती पोहोचते, तेव्हा तिचं स्वरूप बदललं असण्याची, माहितीची मोडतोड झाली असण्याची शक्यता असते. अशा प्रकाराने संवादावर विपरीत परिणाम होण्याची शक्यता निर्माण होते.

हा तोटा टाळण्यासाठी वरिष्ठांना सतर्क राहून याकडे लक्ष द्यावं लागतं, की जी माहिती आपल्याला खालच्या स्तरापर्यंत पोहोचवायची आहे, ती तशीच, त्याच हेतूने / अर्थाने पोहोचली आहे की नाही?

२) **कनिष्ठांकडून–वरिष्ठांपर्यंत केलेला संवाद किंवा (Upward communication) वरच्या दिशेने होणारा संवाद** – हा पहिल्या प्रकाराच्या विरुद्ध दिशेने होणारा संवाद आहे. यामध्ये कर्मचारी आपल्या लगेचच्या अधिकाऱ्यांमार्फत सर्वांत वरिष्ठ असणाऱ्या अधिकाऱ्यांपर्यंत पोहोचायचा प्रयत्न करतो.

या प्रकारच्या संवादामध्ये वरिष्ठ अधिकारी स्वत:हून अशी परिस्थिती निर्माण करतात, की कनिष्ठ कर्मचारी स्वत: वरिष्ठांसमोर आपली मतं मांडतील, संवाद सुरू करतील; तर काही प्रसंगी कनिष्ठ कर्मचारी वरिष्ठांबरोबर स्वत:हून संवाद साधतात.

पहिल्या प्रकारात वरिष्ठांना बऱ्याचदा अशा माहितीची गरज असते, की कर्मचारी जे काम करताहेत त्याबाबत त्यांचं मत काय आहे ? त्यांना ते काम कळलंय की नाही ? त्यांना काही अडचणी आहेत का ? किंवा ते काम त्यांना कोणत्या प्रकारे करायला आवडेल. त्यांच्या त्या कामाबाबत काही सूचना, बदल करायचे असतील तर तशीही माहिती कनिष्ठ अधिकाऱ्यांकडून किंवा कर्मचाऱ्यांकडून काढून घेण्यासाठी वरिष्ठ अधिकारी संवादाची सुरुवात करतात. कामाचं विश्लेषण करण्यासाठी याची गरज असते.

काही वेळा कर्मचारी स्वत:हून वरिष्ठांशी संपर्क साधतात. त्यांना कामाबाबतची आणखी माहिती हवी असल्यास ती विचारण्यासाठी किंवा स्वत:च्या काही अडचणी, त्रास वरिष्ठांपर्यंत पोहोचण्यासाठी अशा प्रकारचा संवाद साधला जातो.

या संवादाने वरिष्ठांना कल्पना येते, की त्यांच्या हाताखाली काम करणारे कर्मचारी / कनिष्ठ अधिकारी यांची वर्तणूक कशी आहे, कामाबाबत त्यांची काय मतं आहेत, काय भावना आहे. कामाबाबतचा दृष्टिकोन कसा आहे, अशी बरीच माहिती या संवादातून काढली जाते. त्यामुळे अशा प्रकारचा संवाद साधताना कनिष्ठांनी खूप काळजी घ्यायला हवी. आपण कोणती माहिती देतोय, आपल्या व्यक्तिमत्त्वाची कोणती बाजू आपण वरिष्ठांपुढे मांडतोय याकडे काळजीपूर्वक पहावं लागेल. या संवादातून मिळणाऱ्या माहितीच्या आधारे वरिष्ठ अधिकारी त्या कर्मचाऱ्याबद्दलचं आपलं मत बनवत

असतात. त्या व्यक्तीकडे किती व काय काय क्षमता आहेत, कुठल्या प्रकारच्या कामासाठी ती व्यक्ती योग्य आहे, तिच्यात काय दोष / उणिवा आहेत इ. विश्लेषण त्या माहितीवरून केलं जातं. या माहितीचा वापर करून वरिष्ठ अधिकारी निरनिराळ्या प्रकारचं नियंत्रण आणणारे संदेश / कार्यक्रम राबवत असतात.

कनिष्ठांकडून-वरिष्ठांकडे होणारा संवाद जर कंपनीत सहजतेने होत असेल आणि वरिष्ठांकडून त्यासाठी प्रोत्साहनच मिळत असेल, तर त्याचा अर्थ असा होतो, की कनिष्ठांना वरिष्ठांबद्दल एक प्रकारचा विश्वास वाटतो आहे. आपल्या मागण्या, अडचणी, तक्रारी इ. चा विचार वरिष्ठांकडून होतोय, हा विश्वास कर्मचाऱ्यांमध्ये निर्माण होतो. असं वातावरण मोकळेपणानं संवाद साधण्यासाठी अत्यावश्यक असतं. ज्या कंपनीत असा संवाद नियमितपणे घडतो, तेथील वातावरण निरोगी आणि सक्षम असल्याचं दिसून येतं.

या प्रकारच्या संवादामुळे कर्मचाऱ्यांच्या मनात विश्वासाचं नातं तयार होण्यास मदत मिळत असल्याने आपापसातील तक्रारी, अडचणी सामंजस्याने आपापल्या पातळीवरच सोडवण्याचा प्रयत्न जास्त केला जातो. ताणतणाव चांगल्या प्रकारे हाताळले जातात.

तसंच कर्मचाऱ्यांच्या वैयक्तिक अडचणी, कामाबाबतच्या तक्रारी, मतं, सूचना जर वरिष्ठांनी समजून घेऊन त्यावर आपलं मत मांडलं, सूचना / सुधारणा केल्या तर कर्मचाऱ्यांच्या मानसिकतेवर त्याचा सकारात्मक परिणाम होतो. आपलं म्हणणं ऐकून घेतलं जातंय, ही भावना कर्मचाऱ्यांसाठी एक सुखद अनुभव असतो.

मात्र, असा संवाद होऊ द्यायचा की नाही हे सर्वस्वी वरिष्ठ अधिकाऱ्यांवर अवलंबून असल्याने, त्यांनी जर कर्मचाऱ्यांना संवाद साधण्यासाठी प्रोत्साहित केलं नाही किंवा त्याकडे दुर्लक्ष केलं, तर

संवादाचा नाजूक धागा तुटतो व कंपनीत सशक्त, निरोगी वातावरण बनवण्याची संधी वाया जाते.

'व्यक्ती तितक्या प्रवृत्ती' ह्या म्हणीप्रमाणे काही व्यक्ती / कर्मचारी सतत नकारात्मक मत नोंदवत राहतात आणि कंपनीचं वातावरण 'नकारात्मक' बनवण्याचा प्रयत्न करतात. त्यामुळे अशा नकारात्मक संवादाला सगळीकडे पसरण्याआधीच थांबवणं कंपनीच्या हिताचं ठरतं.

हा संवाद कनिष्ठ अधिकाऱ्यांकडून वरिष्ठांकडे मधल्या पदावरच्या अनेक अधिकाऱ्यांमार्फत होत असल्याने मधल्या पातळीवरच्या एखाद्या अधिकाऱ्याला तो संदेश महत्त्वाचा वाटला नाही तर तो अधिकारी संदेश पुढे पोहचवणारच नाही आणि संवादाची साखळी तिथंच तुटते.

या संवादामध्ये आणखी एक अडथळा असतो तो म्हणजे, वेगवेगळ्या पातळ्यांमध्ये असणारा प्रतिष्ठेचा फरक, मान-अपमानाचा प्रश्न. या कारणांनी वरिष्ठांची नाराजी ओढवून घ्यायला नको म्हणून घाबरून कर्मचारी संवादच टाळतात. अर्थाचा अनर्थ होऊन आपल्या नोकरीवरच गदा येऊ शकते या भीतीने कर्मचारी आपली मतं मांडतच नाहीत. याच कारणाने बऱ्याच संस्थांमध्ये अशा प्रकारचा संवाद होताना दिसत नाही.

दुसरं कारण म्हणजे कर्मचाऱ्यांचा वरिष्ठांबद्दल झालेलं मतं, की वरिष्ठांना आपल्या समस्यांशी काहीही देणं-घेणं नसतं, त्यांना फक्त कंपनीच्या नफ्याशी मतलब असतो आणि तो मिळवण्याकडेच त्यांचं सारं लक्ष असतं, इत्यादी. कंपनीत सहसा 'टार्गेट' देऊन (म्हणजे दिवसाला ठरावीक काम झालं पाहिजे असं ठरवून देऊन) काम केलं जातं. त्यामुळे सगळं लक्ष हे 'टार्गेट' पूर्ण करण्याकडे दिलं जातं. या तणावात कर्मचाऱ्यांच्या वैयक्तिक अडचणींकडे, समस्यांकडे दुर्लक्ष होतं. संवादासाठीही वेळ नसतो. अशा समस्यांमुळेच मग 'युनियन'चा जन्म

होतो. युनियन आणि मॅनेजमेंट यांच्यातही चांगला संवाद होत असेल तर ठीकच नाहीतर विसंवादी दुष्टचक्र सुरूच राहतं.

कर्मचाऱ्यांच्या बाजूने विचार केला, तर त्यांच्यात ही अविश्वासाची भावना पूर्वानुभवामुळे बळावलेली असते. त्यांना असे अनुभव आलेले असतात म्हणून ते सावध राहतात व संवाद टाळतात. वरिष्ठांच्या बाजूने विचार करता त्यांच्यावरही व्यवस्थापनाचा ताण असतो, बऱ्याचदा त्यांच्यापुढील समस्यांचा विचार करता तुलनेने बारीकसारीक प्रश्नांकडे लक्ष द्यायला त्यांना जमत नाही. त्यामुळे कर्मचाऱ्यांकडे मात्र असा संदेश जातो, की व्यवस्थापनाला किंवा वरिष्ठांना आपल्या प्रश्नांमध्ये रस नाही. मग ही सवय बनून जाते की आपापले काम निपटायचे (कसेतरी !) आणि घरी जायचे. नवनवीन कल्पना निर्माण होण्यास अडथळे निर्माण होतात.

कंपनीचं वातावरण सुसंवादी ठेवणं ही बऱ्याच अंशी मॅनेजमेंटची जबाबदारी असते. कोणत्याही प्रकारे संवाद तुटू न देणं, कर्मचाऱ्यांच्या मनात संवादाबाबत सुरक्षितता निर्माण करणं या गोष्टीही तितक्याच महत्त्वाच्या आहेत जितका की कंपनीचा नफा महत्त्वाचा असतो, ही भावना कंपनीत वाढीस लागली पाहिजे.

कंपनीमध्ये मोकळ्या वातावरणात प्रत्येकाला आपली मतं, तक्रारी, सूचना मांडण्याचं स्वातंत्र्य मिळालं, तर यात कंपनीचाच फायदा अधिक असतो.

उदा. एखाद्या कंपनीतील वस्तू (Product) निर्माण करताना त्यावर वरिष्ठ पदावरील अधिकाऱ्यांची एक टीम त्या प्रॉडक्टचा दर्जा, डिझाइन इ. वर काम करते. हे पूर्ण झाल्यावर ते प्रॉडक्ट डिझाइननुसार बनवण्यासाठी कामगारांकडे (Floor level) येतं. रोज त्या प्रॉडक्टचं टार्गेट पूर्ण करताना ती वस्तू शंभरदा त्या कामगारांच्या हाताखालून जात असते. साहजिकच,

त्या वस्तूबद्दल / प्रॉडक्टबद्दल त्यांच्या मनात जवळिकीची, आपुलकीची भावना असते. त्या प्रॉडक्टमधील कमतरता / उणीव त्यांना समजू लागतात. प्रॉडक्टमधील या उणिवा वरिष्ठांपर्यंत पोहोचण्यासाठी मात्र कर्मचाऱ्यांना मोकळं सुसंवादी वातावरण व योग्य बक्षीस यांची जोड मिळाली, तर त्या उणिवा लक्षात येऊन, त्या दूर केल्या जातील.

आजच्या युगात कंपनी कुणा एकाच्या बुद्धिमत्तेवर न चालता अनेकांच्या एकत्रित बुद्धिमत्तेवर विश्वास ठेवून चालवली, तर ती अधिक यशस्वी होते, हे दिसून आलंय. एकत्रित बुद्धिमत्ता (collective Intelligence) ही पुढच्या शतकाची गरज आहे. त्या दृष्टीनं कंपनीच्या व्यवस्थापनाने पावलं टाकली पाहिजेत.

३) **समान पातळीवर होणारा संवाद (Horizontal communication)** – हा संवाद प्रकार एकाच पातळीवर काम करणाऱ्या अधिकाऱ्यांमध्ये / कर्मचाऱ्यांमध्ये होतो. कंपनीचं विशिष्ट उद्दिष्ट डोळ्यांसमोर ठेवून त्यांना त्यानुसार एकत्रित काम करायचं असतं. या समान पदांवरचे अधिकारी कंपनीत वेगवेगळ्या डिपार्टमेंटमध्ये काम करत असतात. ही डिपार्टमेंट उदा. प्रॉडक्शन, सेल्स, वित्तीय (accounts), माहिती विभाग इ. एकत्र काम करत असतात. एखाद्या प्रॉडक्टला बाजारात आणण्यासाठी डिझाइनपासून पॅकिंगपर्यंत जी मंडळी कामात सहभागी असतात त्या सर्वांचं एकमेकांशी 'ट्युनिंग' असणं गरजेचं असते. या प्रॉडक्टचा वरिष्ठ पातळीवर आराखडा अथवा डिझाइन आधी तयार केलं जातं. त्याचा विविध दृष्टिकोनातून विचार करून त्यासाठी लागणारं मटेरियल, बजेट इ. ठरवण्यासाठी ते त्या त्या म्हणजे 'पर्चेस' (Purchase) फायनान्स डिपार्टमेंटकडे जातं. फायनान्स डिपार्टमेंट खर्चाचा अंदाज देऊन त्यावर सेल्स डिपार्टमेंटचाही विचार घेतात. प्रॉडक्शन खर्च वजा जाता कमीतकमी

कालावधीत निव्वळ नफा मिळवता येईल असं किंमतमूल्य ठरवलं जातं. या स्टेजला सेल्स डिपार्टमेंटलाही आपल्या कल्पना अथवा खर्च मांडावे लागतात.

अशा अनेक पातळ्यांवरचे समान पदांवरचे लोक एकत्र येऊन एकमेकांमध्ये सुसंवाद निर्माण करून एखादं प्रॉडक्ट बनवलं जातं. थोडक्यात काय, तर एखाद्या प्रॉजेक्टवर काम करण्यासाठी अनेक लोकांचा अथवा डिपार्टमेंटचा सहभाग असावा लागतो.

प्रत्येक डिपार्टमेंटला स्वतःचं काम, त्याची मर्यादा, इतरांकडून केल्या जाणाऱ्या अपेक्षा माहीत असतात. एकाच वेळी वेगवेगळ्या

डिपार्टमेंटचे अधिकारी एकाच उद्दिष्टावर चर्चा करण्यासाठी एकत्र येतात. आपापली मतं मांडतात. सूचना, अडथळे, फायदे-तोटे यांचा साकल्याने विचार केला जातो. काम करण्याच्या अथवा संवाद साधण्याच्या या पद्धतीने सर्वांत महत्त्वाचं म्हणजे वेळ वाचतो, सांघिक भावना टिकून राहते. खेळीमेळीचं वातावरण तयार होतं. साहजिकच तणावाला जागा उरत नाही.

या संवाद प्रकाराचे तोटे फारच कमी आहेत. महत्त्व देण्याइतका एकच तोटा आहे तो म्हणजे समान दर्जाच्या सर्व वरिष्ठांमध्ये सुसंवाद नसणं. 'मी' पणा, नकारात्मक भावना इ. चं प्रमाण जास्त असणं. त्यामुळे सांघिक ऐक्य निर्माण करायला अडचणी येतात. वातावरण निरोगी, सकारात्मक राहत नाही. एकमेकांमधील वैयक्तिक ताणतणाव, काम करण्याचा वेगवेगळा दृष्टिकोन यामुळे संवाद होऊ शकत नाही.

असा अडथळा येऊ नये म्हणून अशा एका समंजस वरिष्ठ अधिकाऱ्याची गरज असते जो हा तणाव दूर करून सगळ्यांना एकत्रित काम करायला प्रोत्साहित करू शकेल. हा सर्वांत मोठा नेतृत्वगुण आहे जो कंपनीच्या यशाचा आधारस्तंभ बनतो.

ब) संवादाचे माध्यम

'संवादाचे माध्यम' या मुद्द्यावरून संवादाचे दोन प्रकार पडतात.

१) तोंडी संवाद   २) लेखी संवाद

१) तोंडी संवाद – हा बोलून केला जाणारा संवाद आहे. या प्रकारात दोन किंवा अधिक व्यक्ती एकमेकांशी बोलून माहितीचं आदानप्रदान करतात.

या संवाद प्रकारात व्यक्ती समोरासमोर एकमेकांशी बोलतात, त्यामुळे संवाद जलद गतीने होतो. 'वेळ' आणि 'पैसा' दोन्हींची बचत

होते. हा सगळ्यात परिणामकारक संवाद प्रकार म्हटला जातो कारण व्यक्ती समोरासमोर बोलत असताना त्यांची शारीरिक भाषा (देहबोली) ही संवाद साधत असते, त्यामुळे संवाद परिणामकारक होतो.

महत्त्वाचा मुद्दा मांडताना योग्य त्या शब्दांवर जोर देणं, बोलताना त्याला पूरक हातवारे, हावभाव करणं इ. शारीरिक क्रियांमुळे व आवाजी क्रियांमुळे संवाद प्रभावी होतो. या प्रकारच्या संवादात सांगणाऱ्याला म्हणजेच 'सेंडर'ला ऐकणाऱ्यांकडून तत्काळ प्रतिसाद मिळू शकतो. जो मुद्दा बोलला जातोय तो समोरच्याला कळलाय की नाही किंवा कोणता मुद्दा समजला नाहीये ते सांगणाऱ्याच्या लक्षात येतं. मुद्द्याबाबतचं शंकानिरसनही लगेच होतं. मुद्दा समजला तर त्याच्या चेहऱ्यावरील हावभाव सकारात्मकरीत्या बदलतात. त्यामुळे बोलणाऱ्यालाही आपला संवाद योग्य तऱ्हेने चाललाय असे संकेत मिळतात. लगेच शंका निरसन करता येत असल्याने गैरसमजाला जागा उरत नाही.

या संवादात संदेशाची मोडतोड होणं किंवा संदेश बदलणं या गोष्टी बऱ्याच कमी होतात. या प्रकारच्या संवादाचा उपयोग लोकांशी बोलून त्यांना काम करण्यास उद्युक्त करणं आणि त्याद्वारे जास्तीत जास्त काम करवून घेणं यासाठी फार चांगल्या प्रकारे करता येतो.

तातडीच्या वेळी कुठल्याही संवाद प्रकारापेक्षा हा तोंडी संवाद जास्त परिणामकारक ठरतो. यात वेळेची बचत होते. उदा. कंपनीमध्ये काही अपघात झाला, शॉर्ट सर्किटमुळे आग लागली, तर तिथल्या तिथे जबाबदार व्यक्तीला सुरक्षिततेसाठी अधिकाराचा वापर करून तोंडी सूचना द्याव्या लागतात. अशा वेळी लेखी आदेशाची वाट पाहत बसणं कंपनीसाठी नुकसानदायी ठरू शकतं.

मात्र, या प्रकारात संदेश तोंडीच दिलेला असल्याने त्याचा कोणताही लेखी पुरावा राहत नाही. त्यामुळे भविष्यात संदर्भासाठी त्याचा

कोणताही कागदोपत्री उल्लेख नसतो. महत्त्वाचे आदेश, सूचना यांच्याबाबत हे घडू शकतं. ज्या वेळी या आदेशांची, निर्णयांची लिखित स्वरूपात माहिती पुरवायची असते, तेव्हा ती उपलब्ध करून देता येत नाही.

तोंडी संवादाचा परिणाम अल्पकाळासाठी राहू शकतो; कारण संवादाची ती वेळ निघून गेली की संवादही स्मरणातून पुसट होत जातो.

खूप मोठा संदेश किंवा स्पष्टीकरणासहित पाठवलेला संदेश तोंडी संवादाद्वारे पाठवता येत नाही. असा भरपूर मुद्दे असलेला संवाद तोंडी संवादाच्या माध्यमातून करताना सांगणाऱ्याच्या आणि ऐकणाऱ्याच्या स्मृतीतून निसटून जाण्याची शक्यता असते. असं झाल्यास भूतकाळात जाऊन तो संवाद पुन्हा आठवण्याचा प्रयत्न करावा लागतो. तो मुद्दा आठवेलच, याचीही काही खात्री नसते. संवाद ऐकताना कितीही सजगता दाखवली तरी माणसांकडून असे प्रकार वारंवार घडतात.

काही वेळा बोलणाऱ्या व्यक्तीची संवाद कौशल्याची क्षमता कमी असेल. तिचं बोलणं बऱ्याच व्यक्तींना सहजपणे समजत नसेल आणि असं वारंवार होत असेल, तर ऐकणाऱ्या व्यक्तीचं त्या विषयाचं कुतूहल अथवा रस अथवा आवड नाहीशी होत जाते व तो बोलणाऱ्याकडे दुर्लक्ष करू लागतो आणि संवादाची शक्यताच संपते.

फोनवरील बोलणं, समूहासमोर बोलणं या परिस्थितीमध्ये तोंडी संवादात तांत्रिक अडचणी येऊ शकतात, जसं माईक व्यवस्था, स्पीकरमध्ये काही बिघाड असणं. इ. मुळे बोललेलं समजणं अवघड होऊन जातं.

मीटिंग किंवा औपचारिक कार्यक्रमात तोंडी संवाद अनावश्यक व वेळखाऊ वाटू शकतो; कारण सगळ्या प्रकारची औपचारिकता सांभाळत हा कार्यक्रम पुढे सरकत असतो. कंपन्यांच्या कार्यक्रमामध्ये अशा औपचारिकतेची कधीकधी गरजही पडते. औपचारिकतेमुळे मुख्य संदेश सांगायला बराच वेळ लागतो व ऐकणाऱ्याच्या सहनशीलतेची

परीक्षाच बघितली जाते. वार्षिक अहवाल सादर करताना तोंडी संवादाबरोबरच लिखित स्वरूपात माहिती, जसे आलेख, टक्केवारी, इ. पुरवली तर संवाद नेमकेपणाने होऊ शकतो.

२) **लेखी संवाद :** हा संवाद प्रकार कंपन्यांमध्ये जास्त प्रमाणात वापरला जातो. आपल्या कर्मचाऱ्यांपर्यंत संवाद जसाच्या तसा पोहोचवण्याचं सगळ्यात प्रभावी साधन म्हणजे लिखित स्वरूपाचा संवाद. कोणताही गैरसमज होण्याची शक्यता कमी करत एकाच वेळी खूप जणांपर्यंत संदेश पोहोचवायचा असेल, तर हा लेखी संवादाचा प्रकार उपयुक्त आहे.

या संवादात शब्दांबरोबरच आकृत्या, आलेख, नकाशे अशा अनेक पूरक गोष्टी असू शकतात. त्यामुळे माहिती चांगल्या प्रकारे समजते.

लिखित संवाद संस्थात्मक पातळीवरच जास्त प्रमाणात होतो. माहिती संग्रही जपून ठेवण्याच्या उद्देशामुळे संस्थांमध्ये लेखी संवादावर जास्त भर असतो.

लिखित संवादाची काही वैशिष्ट्यं आहेत, जसं की लेखी संवाद हा स्पष्ट, संपूर्ण, अचूक व वाचता येण्याजोग्या अक्षरात असावा लागतो.

संदेश स्पष्ट शब्दात सांगितलेला असावा, त्यात कोणताही गोंधळ नसावा. ज्यांच्यापर्यंत हा संवाद पोहोचवायचा आहे, त्यांना समजेल अशीच भाषा व शब्द वापरले जावेत.

अपूर्ण अथवा तुकड्या-तुकड्यांत केलेला संदेश गोंधळ निर्माण करतो; म्हणून संदेश पूर्ण व स्पष्ट असावा लागतो.

संदेश अचूक असला पाहिजे, त्यात चुका होऊ देऊ नयेत. त्यातील माहिती, आकडे, नकाशे किंवा मीटिंगची तारीख, वेळ, ठिकाण इ. गोष्टी पुन्हापुन्हा तपासून त्या अचूक असतील याची खातरी करून घ्यावी. मजकुरात खाडाखोड नसावी, तसेच तो स्वच्छ कागदावर सुस्पष्ट अक्षरात अथवा लिपीत केलेला असावा. असा संदेश वाचणाऱ्याला कमीतकमी वेळात अचूक समजतो.

लिखित स्वरूपाच्या संवादाचा सर्वांत महत्त्वाचा फायदा म्हणजे तो लेखी स्वरूपात उपलब्ध असल्याकारणाने जेव्हा आवश्यक असेल, तेव्हा त्याचा संदर्भासाठी पुनर्वापर करता येऊ शकतो. काही माहिती गोपनीय स्वरूपाची असते. अशी माहिती देण्यासाठीसुद्धा लेखी संवादाचा उपयोग होतो.

लेखी संवाद कागदोपत्री पुरावा म्हणून ठेवता येतो. भविष्यात त्या संदर्भातील कोणताही निर्णय अथवा निवाडा करायचा असेल, तर या पुराव्याचा वापर होऊ शकतो. कायद्यानेसुद्धा हा लेखी पुरावा महत्त्वाचा ठरतो.

लेखी संवाद साधताना दोन किंवा त्यापेक्षा जास्त व्यक्ती समोरासमोरच असणं काही गरजेचं नाही म्हणजे त्या व्यक्ती जवळही असू शकतात अथवा दूरही. व्यक्ती जर एकमेकांपासून खूपच दूर असतील, तर लिखित संवाद करणंच जास्त विश्वासार्ह होतं.

एखादा संदेश खूप मोठा आणि गुंतागुंतीचे मुद्दे असणारा असेल,

तर तो लेखीच देणं जास्त चांगलं. वाचणाऱ्याला त्या प्रत्येक मुद्द्यावर विचार करायला हवा तितका वेळ मिळू शकतो.

लेखी संवाद हा शिस्तबद्ध असतो. संदेशातील मुद्दे स्पष्ट, अचूक आणि परिपूर्ण असावे लागतात. हवे ते मुद्दे अचूकपणे लिहिण्यासाठी त्याचा पुन्हापुन्हा विचार केला जातो. त्यामुळे त्रुटी राहण्याची शक्यता उरत नाही; पण तो अचूक बनवण्यासाठी वेळ मात्र घालवला जातो. त्यावर पुन:पुन्हा विचार करावा लागतो. त्यामुळे तातडीच्या वेळी हा संवाद उपयोगी पडत नाहीत.

या संवाद प्रकारामध्ये लेखनासाठी साहित्य-सामग्रीची गरज पडते. उदा. पेपर, पेन, टाइपरायटर, कम्प्युटर इ. त्यामुळे या संवादात वेळेबरोबर पैशांचाही खर्च जास्त होतो.

बऱ्याचदा काही गोष्टी, काही मुद्दे शब्दबद्ध करण्यासाठी अडचणी येतात. तोंडी संवादामध्ये अशा शब्दांनी व्यक्त करता न येण्याजोग्या गोष्टी हावभावांनी सहज व्यक्त होतात. लेखी शब्दात प्रत्येक भावनेला शब्दरूप द्यावे लागते. आणि लेखनाची ही कला प्रत्येकाला जमेलच असं नाही.

मोठ्या प्रमाणावर जिथे लेखी संवादाचा वापर केला जातो, तिथे सहकाऱ्यांमध्ये अविश्वासाचं वातावरण असण्याची शक्यता बळावते. प्रत्येक संदेश लिखित स्वरूपातच स्वीकारण्याची सहकाऱ्यांना सवय होते, कारण तो पुरावा म्हणून वापरता येतो. लिखित संवादांमध्ये वेळ खूप वाया जातो. कामे वेळेवर होत नाहीत. लेखी आदेश मिळेपर्यंत सहकारी वाट पाहत राहतात, चूक झालीच तर त्याची जबाबदारी नको म्हणून तातडीचे कामही लेखी सूचना मिळेपर्यंत टाळत राहतात. अशा संस्थांची, कर्मचाऱ्यांच्या क्रियाशक्तीच्या अभावामुळे कंपन्यांची प्रगती रोडावते.

कंपन्यात लेखी संवादामध्ये भावभावनांना थारा नसतो. असा संवाद कार्यालयीन भाषेतच केला जातो. तसा अलिखित नियमच संस्थांमध्ये पाळला जातो. त्यामुळे माणसं जोडण्यासाठी, सहकारी एकमेकांजवळ येण्यासाठी, माणूस समजण्यासाठी अथवा आपापसांत विश्वास निर्माण होण्यासाठी हा संवाद अपुरा पडतो. पण औपचारिक व कायदेशीर बाबी संदर्भात तो पुरेसा समाधानकारक ठरतो.

बऱ्याचदा शब्दांचे अर्थही वेगवेगळे निघू शकतात, इथे संदेश लिहिणाऱ्या माणसाची भाषेची पकड महत्त्वाची ठरते. संदेश जर अचूक शब्दात, अर्थपूर्ण तऱ्हेने लिहिला गेला नाही तर केवळ शब्दांच्या अर्थबदलामुळे गोंधळ, गैरसमज होऊ शकतो.

लेखी संवाद इतरांपर्यंत पोहोचवल्यानंतर तो कायम स्वरूपी होऊन जातो. त्यात बदल करणं अशक्य असतं. किंवा बदल करण्याची प्रक्रिया किचकट व वेळखाऊ असते. शिवाय असे बदल सतत करावे लागले तर व्यक्तीची विश्वासार्हता कमी होते.

लेखी आणि तोंडी संवादाच्या वरील अभ्यासावरून असं लक्षात येतं, की काही वेळा तोंडी संवाद उपयोगी पडतो तर काही वेळा लेखी. दोन्ही प्रकारच्या संवादाचं आपापलं महत्त्व आहे. दोघांपैकी कुणा एकावर जास्त अवलंबून राहिलं, तर ते नुकसानकारक ठरू शकतं.

जेव्हा माहिती खूप गुंतागुंतीची असेल, निर्णयापर्यंत पोहोचण्यासाठी माहितीतल्या मुद्द्यांवर चर्चा करण्याची गरज असते किंवा माहिती गोपनीय स्वरूपाची असते, तेव्हा ती तोंडी संवादानेच पोहोचवणं जास्त उपयुक्त ठरतं. कार्यालयातल्या दैनंदिन कामकाजासाठीसुद्धा तोंडी संवादच केला जातो.

पण कायदेशीर तरतुदीसाठी अथवा तत्सम दुसऱ्या कुठल्या

कारणासाठी त्या माहितीचा लेखी पुरावा जर ठेवायचा असेल, तर तो संदेश लेखी माध्यमाद्वारेच पोहोचवला जातो.

तोंडी आणि लेखी संवादाचा योग्य तो मेळ घातला गेला, तर प्रभावी संवादासाठी तो उपयुक्त ठरतो.

क) संस्थेतील पद-रचना

१) औपचारिक आणि २) अनौपचारिक

१) **औपचारिक संवाद** – आधी पाहिलेले वरिष्ठ-कनिष्ठ, कनिष्ठ-वरिष्ठ व समान पातळी संवाद हे प्रकार औपचारिक संवादात मोडतात. संस्थेच्या औपचारिक पदरचनेप्रमाणे संवाद अनेक पातळ्यातून झिरपत जातो. पदश्रेष्ठतेनुसार संस्थांमध्ये काही अधिकृतरीत्या ओळखली जाणारी पदे असतात. जसे फ्लोअर मॅनेजर, सुपरवायझर, वेगवेगळ्या डिपार्टमेंटचे मॅनेजर अथवा युनिट मॅनेजर, डिव्हिजन मॅनेजर, मॅनेजिंग डायरेक्टर, बोर्ड ऑफ डिरेक्टर्स इत्यादी. माहितीची देवाणघेवाण अथवा संवाद हा ठरवून दिलेल्या क्रमाने एका पदावरील अधिकाऱ्याकडून दुसऱ्या (वरील अथवा खालील पातळीवरील) अधिकाऱ्यांपर्यंत पोहोचवला जातो. असा मार्ग मुद्दामच वापरला जातो. ज्यामुळे माहिती शिस्तीने, अचूकतेने आणि ठरावीक वेळेत नियोजित व्यक्तीपर्यंत पोहोचते. बऱ्याचदा आपल्या कानावर 'प्रॉपर चॅनेल' असे शब्द पडतात, ही पदांची साखळी म्हणजेच हे अधिकृत औपचारिक चॅनेल.

अशा साखळीतून संवादाचा प्रवास होण्याचे काही फायदे आहेत. अधिकारी त्यांच्या हाताखाली काम करणाऱ्या कर्मचाऱ्यांकडून काम करवून घेत असतात. त्यांच्याकडून ते काम नीट करवून घेण्याची जबाबदारी त्या अधिकाऱ्यांवर असते. साखळीतून केलेल्या संवादाने कर्मचाऱ्यांची

कामाप्रति जबाबदारी सुनिश्चित होते. या अधिकाऱ्यांचा त्यांच्या हाताखालील कर्मचाऱ्यांशी कामानिमित्त वारंवार संवाद होत असल्याने त्यांच्यात एक नातं तयार होतं. त्यांच्यात गैरसमजाच्या शक्यता कमी होतात.

फ्लोअर लेव्हलच्या कर्मचाऱ्यांपेक्षा अधिकारी पातळीवरील व्यक्तींना कंपनीच्या एकूण कारभाराबद्दल, प्रश्नाबद्दल अधिक माहिती असते. याचा फायदा त्यांना बऱ्याचदा समस्या सोडवण्यात मदत म्हणून होतो.

मात्र प्रत्येक वेळी असा शिस्तबद्ध पद्धतीने संवाद साधणं शक्य नसतं. तातडीच्या वेळी किंवा रोजच्या दैनंदिन कामकाजाबाबतीतही अशा प्रकारे संवाद साधला गेला, तर त्यामुळे कंपनीचा कामकाजाचा वेळ खूप खर्ची पडेल आणि त्यात कंपनीचं नुकसानच आहे.

औपचारिक प्रकारच्या संवादाचा सगळ्यात मोठा तोटा म्हणजे वरच्या पातळीवरील अधिकाऱ्यांचा खालच्या पातळीवरील कर्मचाऱ्यांशी थेट संवाद होत नसल्याने कंपनीत टीमवर्क बनण्यात हा मोठाच अडसर ठरतो.

२) **अनौपचारिक संवाद** – कुठल्याही प्रकारे आखून अथवा ठरवून दिलेल्या मार्गाने हा संवाद होत नाही. हा संवाद कुठल्याही औपचारिक नियमांचं बंधन न पाळता केला जातो. एखादा वरिष्ठ अधिकारी एका सामान्य कामगाराशी कुठलीही औपचारिकता न पाळता विनासंकोच संवाद करू शकतो. कोणत्याही पदावरील दोन व्यक्ती एकत्र येतात. ओळखीने त्यांच्यात संवाद सुरू होतो व काही माहितीची (वैयक्तिक अथवा कामकाजी) देवाणघेवाण केली जाते.

ज्या कंपन्यांमधील वातावरण अतिशय मोकळं, अनौपचारिक

असतं, अशा ठिकाणी एखादा वरिष्ठ अधिकारी कामाबाबतच्या सूचना कर्मचाऱ्यांना असा अनौपचारिक संवादातूनही देऊ शकतो. या प्रकारच्या संवादाचा मुख्य पाया असतो, एकमेकांवर टाकलेला विश्वास.

अशा प्रकारच्या संवादाचा प्रमुख फायदा म्हणजे माहिती जलद रीतीने पसरवता येते. कोणतीही औपचारिक पदांची साखळी नसल्याने, नियमांचा अडसर नसल्याने माहिती एकाकडून-दुसऱ्याकडे खूप वेगाने पोहोचवता येते.

काहीही नियम नसल्याकारणाने संवाद कितीही वेळ, कोणत्याही विषयावर आणि कुणाशीही होऊ शकतो. त्यामुळे एकमेकांशी नातं तयार व्हायला मदत मिळते. गैरसमज कमी होतात आणि आपापसात सहकार्य वाढीस लागतं.

कधीकधी काही गोष्टी औपचारिक संवादातून स्पष्ट होत नाहीत, जशी कंपनीची कामगारविषयक पॉलिसी. त्या पॉलिसीमध्ये कामगारांसाठी काय काय फायद्याची प्रयोजनं आहेत किंवा वरकरणी व्यवस्थापनाच्या हिताचे वाटणारे मुद्देही कसे कामगारांच्याही फायद्याचे आहेत हे पटवून देताना औपचारिक पत्र तोकडं पडतं. त्याच्या जोडीला जर अनौपचारिक संवाद साधला गेला आणि कामगारांच्या शंका लगेचच दूर केल्या गेल्या, तर कंपनीच्या ते हिताचंच असतं.

अनौपचारिक संवादात माहिती तोंडीच सांगितली जात असल्याने तोंडी संवादाचे तोटे इथेही लागू होतात. उदा. माहितीचं स्वरूप बदलणं, अचूक व संपूर्ण माहिती सगळ्यांपर्यंत न पोहोचणं इत्यादी. तोंडी संवादात बऱ्याचदा सांगणाऱ्याच्या वैयक्तिक भावभावना मिसळल्या जातात; म्हणून त्यात अर्धवट सत्य, अफवा इ. गोष्टींचं प्रमाण जास्त असण्याची शक्यता असते. माहितीची सत्यासत्यता पडताळून पाहण्यासाठी कोणतीही

यंत्रणा इथे नसते. त्यामुळे चुकीची माहिती लोकांमध्ये पसरण्याचा मोठा धोका इथे संभवतो.

माहिती अपूर्ण, मोडतोड झालेली असल्यामुळे त्यावर आधारित निर्णय घेणंसुद्धा कठीण आणि नुकसानदायी ठरू शकतं. अशा प्रकारे पसरलेल्या माहितीची जबाबदारीसुद्धा कुणा एकावर टाकता येत नाही; कारण इतक्या साऱ्या लोकांमध्ये फिरून आलेली माहिती नेमकी कधी आणि कुठे बदलली हे शोधणंही तसं अवघडच असतं.

असं असलं, तरीही व्यवस्थापनात अनौपचारिक संवादाची स्वत:ची एक जागा आहे, महत्त्व आहे. हा संवाद जबरदस्तीने सुरू केला जाऊ शकत नाही किंवा जबरदस्तीने बंदही करता येत नाही. त्यातून उद्भवणाऱ्या समस्यांवर नियंत्रण ठेवणं आणि त्या वेळीच आटोक्यात आणणं, एवढंच व्यवस्थापनाच्या हातात असतं.

आपण पाहिलं की प्रत्येक प्रकारच्या संवादाचे काही चांगले उपयोग आहेत तर त्यापासून काही दुष्परिणामही उद्भवतात. त्यामुळे एकच एक संवाद प्रकार चांगला, असं म्हणणं चुकीचं ठरेल. त्या त्या प्रसंगाची मागणी आणि संवाद प्रकाराचे फायदे यांचा ताळमेळ घालत संवाद प्रकार निवडावा लागतो. तातडीच्या प्रसंगी निवड करायलाही वेळ नसतो. मग शेवटी आपला सर्वांत पहिला विकसित झालेला संवाद प्रकार म्हणजे तोंडी संवादच कामी येतो.

५

संवादाची तत्त्वे

संवादाची प्रक्रिया सुरळीत आणि प्रभावी होण्यासाठी काही तत्त्वे पाळावी लागतात.

१) **स्पष्टता** – जो संदेश द्यायचा आहे तो स्पष्ट शब्दात तयार केला पाहिजे. शब्द जेवढे स्पष्ट असतील तेवढे ते ऐकणाऱ्याला त्याच अर्थाने समजतील. गैरसमजाला कमीतकमी वाव मिळेल. सेंडरच्या मनातील कल्पनेची स्पष्टता जेवढी जास्त असेल, तेवढ्या अचूकतेने तो शब्दांची निवड करू शकेल. कल्पनाच जर अस्पष्ट, गोंधळलेली असेल तर तो गोंधळ संदेशासाठी वापरलेल्या शब्दांमधून लगेच दिसून येईल. श्रोत्यांकडून अपेक्षित प्रतिक्रिया अथवा प्रतिसाद मिळवण्यासाठी संदेश स्पष्ट असणे अत्यावश्यक आहे.

२) **अनौपचारिकता** – औपचारिक संरचना असलेल्या संस्थांमध्ये औपचारिक संवादावर जास्त भर असतो; पण बऱ्याचदा कर्मचाऱ्यांकडून अपेक्षित प्रतिसाद जर मिळवायचा असेल तर औपचारिक संवाद तोकडा ठरू शकतो. अशा वेळी वरिष्ठांनी

अनौपचारिक संवादाचा वापर करून कर्मचाऱ्यांना प्रोत्साहित केलं पाहिजे. अनौपचारिक संवाद माणसांची मने जोडण्यासाठी खूप प्रभावी ठरतो. वरिष्ठ अधिकारी कर्मचाऱ्यांशी वैयक्तिकरीत्या संवाद साधून अथवा अप्रत्यक्षपणे कुणामार्फत संवाद घडवून अपेक्षित परिणाम घडवून आणू शकतात.

३) **लक्षपूर्वक ऐकायला श्रोत्यांना भाग पाडणं** – संवाद जर प्रभावी बनवायचा असेल म्हणजेच वक्त्याला अपेक्षित असा प्रतिसाद जर श्रोत्यांकडून मिळवायचा असेल तर श्रोत्यांचं संपूर्ण लक्ष आपल्या संदेशाकडे वळवणं अतिशय गरजेचं आहे, यासाठी सेंडरला प्रयत्न करावे लागतील. सेंडरचं व्यक्तिमत्त्व प्रभावी असायला हवं. वक्ता जर काही उपदेश करत असेल तर त्याप्रमाणे त्याची स्वत:ची वर्तणूक आहे का, हे जरूर पाहिलं जातं. तशी ती असेल तर अशा व्यक्तीबद्दल श्रोत्यांना आदर वाटतो आणि तिचा एकही शब्द खाली पडू दिला जात नाही. अशी व्यक्ती 'लीडर' बनण्याच्या योग्यतेची असते.

४) **संदेशाची सुसूत्रता** – पाठवला जाणारा संदेश हा कंपनीच्या ध्येयधोरणांशी, नियोजित आराखड्याशी जास्तीत जास्त सुसूत्र असावा. कंपनीचे उद्दिष्ट अधिक चांगल्या प्रकारे पूर्ण करता येण्यासाठीच्या प्रयत्नात त्याची उपयुक्तता असली पाहिजे; तर तो संदेश कर्मचाऱ्यांकडून विनासंदेह मान्य केला जाईल आणि त्यानुसार कृतीही केली जाते; जर संदेश कंपनीच्या ध्येयधोरणांशी सुसंगत नसेल तर कर्मचाऱ्यांच्या मनात गोंधळ निर्माण होतो, अविश्वास वाढीस लागतो, जे कंपनीच्या हिताचं बिलकूल नाही.

५) **परिपूर्ण संदेश** – कर्मचाऱ्यांना द्यायचा संदेश स्पष्ट आणि परिपूर्ण

असावा. एखाद्या विषयाबाबत अधिक माहितीची कर्मचाऱ्यांना काय गरज, असा विचार करून बऱ्याचदा अर्धवट माहिती दिली जाते, जी फक्त सूचनांच्या रूपात असते; पण त्या सूचना का पाळायच्या, त्यांची गरज काय इ. बाबी स्पष्ट झाल्या तर त्या बरहुकूम कृती करण्यात कर्मचाऱ्यांना फारशी अडचण येत नाही. 'सांगकाम्या'प्रमाणे वागवलेलं कुणालाच आवडत नाही. त्याऐवजी समोरच्यालाही बुद्धी आहे असं समजून जर संदेश त्याप्रमाणे दिला गेला तर तो लवकर स्वीकारला जातो. तसेच अपूर्ण माहितीवर काम करणंही अवघडच असतं.

६) **संदेश वेळेत पोहोचवणं** – संदेशाचा अपेक्षित प्रभाव साधण्यासाठी संदेश ठरावीक वेळेतच इतरांपर्यंत पोहोचायला हवा. त्यात जर उशीर झाला तर त्या संदेशाची गरज, उद्देश बाधित होतात. त्याचं महत्त्व कमी झाल्याने तो मग एक ऐतिहासिक दस्तऐवज बनून राहतो.

७) **मत/प्रतिक्रिया मिळवणं** – संदेशाची प्रक्रिया पूर्ण होण्यासाठी शेवटची पायरी म्हणजे श्रोत्यांची प्रतिक्रिया मिळवणंसुद्धा महत्त्वाचे आहे. आपल्याला अपेक्षित असलेल्या अर्थानेच आपला संदेश श्रोत्यांपर्यंत पोहोचला आहे की नाही तसेच त्यांची संदेशाप्रती स्वीकृती आहे की नाही हे तपासून पाहणं सेंडरचं कर्तव्य आहे. त्यासाठी त्यानं इतराचं मत (फीडबॅक) घेणं आवश्यक आहे. हे मत संदेश संपल्यानंतर तोंडी अथवा लेखी फॉर्म भरूनसुद्धा घेतला जाऊ शकतो. बऱ्याचदा वक्ता आपल्या भाषणाअखेरीस प्रश्न-उत्तराच्या माध्यमातर्फे असे मत घेऊ शकतो. अथवा लेखी फॉर्म भरण्यास सांगून त्यांचे विश्लेषण करू शकतो.

तोंडी प्रश्न–उत्तराच्या वेळी श्रोत्यांकडून येणाऱ्या अनपेक्षित प्रश्नांना सामोरं जाण्याची तयारी ठेवावी लागते. भाषणाने साधलेला परिणाम प्रश्न–उत्तराच्या प्रक्रियेमध्ये आणखी प्रबळ करता येण्याची संधी असते त्याचप्रमाणे डाव उलटाही पडू शकतो. काही श्रोते वक्त्याला अडचणीत आणण्यासाठी, त्याची तारांबळ उडवण्याच्या हेतूने प्रश्न–उत्तराच्या माध्यमाचा वापर करू शकतात. अशा श्रोत्यांना योग्यरीत्या हाताळण्याची हातोटी वक्त्याकडे असेल तर परिणाम वक्त्याला अपेक्षित असा होऊ शकतो.

भाषणानंतर लेखी फॉर्म भरून मत घेणं हा एक फायदेशीर मार्ग ठरू शकतो. श्रोते आपलं मत प्रामाणिकपणे नोंदवण्याची शक्यता जास्त असते. तसेच वक्त्याला या प्रतिक्रियांचं विश्लेषण नंतर आरामात करता येतं; पण श्रोत्यांना जर संदेश समजला नसेल तर पुन्हा प्रयत्न करण्याची संधी मात्र इथे मिळत नाही.

या दोहोतला मधला मार्ग म्हणजे भाषणाच्या मध्ये अधूनमधून श्रोत्यांनाही बोलायला भाग पाडणं त्यांची प्रतिक्रिया आजमावणं, त्याचबरोबर भाषणाअंती लेखी फॉर्म भरून मत घेणं. यामुळे संदेश समजला नसेल तर पुन्हा प्रयत्न करण्याची संधीही मिळते त्याचप्रमाणे श्रोत्यांच्या प्रामाणिक प्रतिक्रियाही मिळू शकतात.

८) **संदेशवहनाच्या माध्यमांचा योग्य तो वापर करून घेणे** – संदेशवहनासाठी कोणते माध्यम योग्य आहे तसेच संदेशवहनात सहभागी होणारे वेगवेगळ्या पदावरचे अधिकारी आणि कर्मचारी यांचाही विचार व्हायला हवा. यामुळे संस्थात्मक अडथळे दूर होतात व संदेश नियोजित व्यक्तींपर्यंत प्रभावीपणे पोहोचतो.

परस्पर औद्योगिक संबंध दृढ करण्यासाठी संवादाची, संदेशवहनाची प्रभावी पद्धत अमलात आणणं हे संस्थेसाठी खूप महत्त्वाचं ठरतं.

६

नि:शब्द संवाद

'अनेक वाक्यं, नि:शब्द जागा आणि या सर्वातून धावणारी अर्थाची आणि नादाची सुरेख लय यांचा उत्स्फूर्त आणि एकजीव मेळ म्हणजे चांगला संवाद'

– विजय तेंडुलकर

आपण बऱ्याच वेळा 'डम्ब शराड' नावाचा एक खेळ खेळतो. त्यात एक जण हावभाव व देहबोलीतून एखाद्या सिनेमाचं नाव सांगत असतो आणि आपण ते ओळखायचं असतं. किती ताकद असते त्या हावभावात. आपला चेहरा, शरीरसुद्धा काहीतरी बोलत असतं. त्याची स्वत:चीही एक भाषा आहे. बोलताना आपल्या नकळतही आपला चेहरा, डोळे, शरीर हे समोरच्याशी संवाद करत असतात.

समजा, कंपनीत तुम्हाला तुमच्या बॉसने एक प्रेझेन्टेशन द्यायला सांगितलं. आपल्या प्रॉडक्टबाबतची माहिती, त्याचे गुण, त्यात काय सुधारणा हवी याबाबत सर्व्हे करून तुम्हाला प्रेझेन्टेशन करायला सांगितलं. तुम्ही पूर्ण मेहनत घेऊन माहिती गोळा करता आणि अगदी छान प्रेझेन्टेशन

तयार करता. प्रेझेन्टेशनच्या दिवशी मात्र सुरुवातीपासूनच तुमचा बॉस तुमच्या बोलण्याकडे नीट लक्ष देत नाही, सतत चुळबुळ करतो, मधूनमधून जांभया देतो, त्रासिक चेहरा करतो, इकडेतिकडे पाहत राहतो; पण जसं प्रेझेन्टेशन संपतं, तेव्हा मात्र तो पटकन उभा राहून त्रासिक चेहऱ्याने म्हणतो, काय 'छान दिलंस प्रेझेन्टेशन, तुझ्या कल्पना आवडल्या!'

या प्रसंगात बॉसचे हावभाव एक वेगळा संदेश देत होते तर त्याचे शब्द दुसराच. मग तुम्ही कोणता संदेश बरोबर मानाल? हावभावावरून बॉस स्पष्टपणे सांगू इच्छित होता, की तुमच्या कल्पनांमध्ये त्याला अजिबात इंटरेस्ट नाही. त्या ऐकण्याची त्याची अजिबात तयारी नाही; पण शब्द मात्र तुमचं कौतुक करणारे आहेत.

ह्या दोन्ही संदेशांमध्ये मुद्दाम दिलेला संदेश आणि नकळत दिलेला संदेश कोणता हे ओळखावं लागेल.

नि:शब्द संवादाचे ठळक मुद्दे –

- नि:शब्द संवाद अथवा देहबोलीतून होणारा संवाद आपण टाळू शकत नाही. तो आपल्या नकळत होणारा संवाद आहे. त्यावर आपण थोडं फार नियंत्रण ठेवू शकतो; पण जाणीवपूर्वक विरुद्ध अर्थाचे हावभाव आपण देऊ शकत नाही.
- नि:शब्द संवाद हा खूप प्रभावी संवाद आहे. हा पूर्णत: स्वाभविकरीत्या होणारा संवाद असल्याकारणाने त्यात फसवणूक नसते. वक्त्याला खरं काय म्हणायचंय ते त्याच्या देहबोलीतून आपल्याला अचूकपणे कळू शकतं.
- नि:शब्द संवाद सगळ्या प्रकारचे संदेश व्यक्त करू शकत नाही. हावभाव व देहबोलीला मर्यादा आहेत.
- देहबोली किंवा हावभावाचे प्रकार आणि अर्थ भिन्न संस्कृतीत भिन्न प्रकारचे असतात.

मागील उदाहरणात बॉसचा खरा संदेश त्याच्या देहबोलीतून प्रकट होतो. त्याचे शब्द मात्र फसवे आहेत. देहबोली आपल्याला वक्त्याबाबतचं सर्वांत पहिलं मत बनवण्यास भाग पाडतो. वक्ता बोलायला सुरुवात करण्याआधी त्याची शरीरयष्टी, राहणीमान, कपडे, त्याच्या हालचाली इत्यादीवरून आपण त्याच्याबद्दल आपलं मत (अनुकूल किंवा प्रतिकूल) बनवत असतो. त्या मताच्या प्रभावाखाली असतानाच आपण त्याचं बोलणं ऐकून त्याची आपल्या मताशी संगती लावायचा प्रयत्न करतो. पाहताक्षणी बनलेलं मत हे शेवटपर्यंत आपल्याबरोबर राहतं.

समजा, तुम्ही एखाद्या कंपनीत इंटरव्ह्यू द्यायला जाता, पण तुम्ही दहा मिनिटं उशिरा पोहोचलात, तुम्हाला तुमच्या कपड्याकडेही नीट लक्ष द्यायला वेळ मिळालेला नाही. इंटरव्ह्यू सुरू असताना तुम्ही समोरच्या व्यक्तींकडे पाहण्याचंही टाळत असाल, तर या सगळ्याचा एकत्रित अर्थ काढला जातो की, तुमच्यात या नोकरीसाठी आवश्यक ती गंभीरता नाही किंवा तुम्हाला या नोकरीसाठी आवश्यक असलेलं ज्ञानही नाही.

शाब्दिक संवादात नेमक्या शब्दाचा वापर करून हवा तो संदेश पोहोचवता येतो, पण नि:शब्द संवादामध्ये ते तितकं स्पष्ट आणि सहज समजणारं असं असेल याची खात्री देता येत नाही. उदाहरणार्थ, खुर्चीत मागे टेकून बसण्याचा अर्थ 'कंटाळा आला' किंवा 'दमल्यामुळे' असा दोन्ही होतो. श्रोत्यांच्या नजरेला नजर न भिडवणं याचा अर्थ तुम्ही घाबरले आहात अथवा अपराधी भावनेने पछाडलेले आहात असा दोन्ही अर्थाने होतो. म्हणून नि:शब्द संवादाचा नेहमी अपेक्षितच अर्थ काढला जाईल याची शक्यता कमी असते.

बरेच असे संदेश असतात जे फक्त हावभावावरून अथवा

देहबोलीतून पोहोचवता येत नाहीत. नवनवीन कल्पना अथवा किचकट, गुंतागुंतींची तत्त्वं इत्यादी गोष्टी फक्त हावभावावरून संपूर्णत: कळणार नाहीत. नि:शब्द संवाद हा माणसाच्या भावभावना, आवड-निवड इ. गोष्टी परिणामकारकरीत्या व्यक्त करू शकतो.

एखाद्या कंपनीतील सेल्स मॅनेजर त्याच्या क्षेत्रात यश मिळालं तर ते कसं मिळालं याचा सविस्तर रिपोर्ट शब्दांच्या आधारे बनवेल व तो सर्वांसमोर प्रेझेंट करेल, त्याची देहबोली फक्त त्याचा आनंदच व्यक्त करू शकेल.

भिन्न-भिन्न संस्कृतींप्रमाणे हावभाव व देहबोलीचे अर्थ बदलतात. जसं, भारतीय संस्कृतीत हॅंडशेक करणं स्वाभाविक समजलं जात नाही. विशेषत: भिन्न लिंगी व्यक्तीसोबत, कारण कोणत्याही प्रकारचा स्पर्श हा खूप जवळिकीचा संकेत देणारा असतो. एका ठरावीक पद्धतीने मुंडी हलवणं या क्रियेचा अर्थ 'होय' किंवा 'नाही' असा दोन्ही प्रकारे वेगवेगळ्या देशात घेतला जातो. वरिष्ठांसमोर कमरेतून पुढे वाकून आदर व्यक्त करण्याची जपानमध्ये प्रथाच आहे, मात्र अमेरिकेत हे निषिद्ध आहे.

आपल्याला जर व्यवसायानिमित्त दुसऱ्या देशात जावं लागलं, तर तिथल्या रूढी, परंपरा, रीती काय आहेत याची आधी चौकशी करायला हवी.

नि:शब्द संवादामध्ये दृक्-श्राव्य संदेशाचाही समावेश होतो. सायरनचा आवाज, टेलिफोनची रिंग ही श्राव्य प्रकारच्या संवादांची उदाहरणं आहेत. श्राव्य माध्यमाद्वारे एकाच वेळी बऱ्याच मोठ्या जनसमुदायापर्यंत संदेश पोहोचवता येतो.

दृश्य संवादात चित्र, पोस्टर, नकाशे इ. गोष्टी येतात. त्या शाब्दिक संवादाला पूरक म्हणून वापरल्या गेल्या, तर संवाद प्रभावी होऊ शकतो.

दृक् संवादाच्या मदतीने संवादातील भाषेमुळे येणारा अडथळा दूर करता येतो.

नि:शब्द संवाद म्हणजे फक्त देहबोली नाही, तर यामध्ये बरेच प्रकार आहेत, ज्यावर बरंच संशोधनही करण्यात आलंय.

नि:शब्द संवादाचे प्रकार व त्याच्या शास्त्राचं नाव –

- देहबोली – कायनेसिक्स
- स्पर्श – हॅप्टिक्स
- दोघांमधील अंतर – प्रॉक्झेनिक्स
- वेळेचा उपयोग – क्रोनेमिक्स
- आवाजाचा पोत – पॅरालँग्वेज
- भौतिक परिस्थिती – फिजिकल काँटॅक्ट

- देहबोली (कायनेसिक्स) – यांवर बरंच संशोधन झालंय. देहबोली पुढील प्रकारे व्यक्त होते.

१) **चेहऱ्यावरचे हावभाव** – हे हावभाव बोलणाऱ्याच्या मनातले भाव अचूकपणे व्यक्त करतात. 'बोलका चेहरा' असं म्हटलं जातं, ते अगदी बरोबर आहे. स्वाभाविक भावना आणि ओढूनताणून आणलेले भाव हे लगेच ओळखता येतात.

२) **डोळ्यांची हालचाल** – डोळे खूप मोठे केले तर आश्चर्याचे भाव व्यक्त होतात. अथवा ते भीती, आश्चर्य वाटण्याचंही लक्षण आहे. बोलताना श्रोत्यांच्या नजरेला नजर भिडवून बोलण्याचं खूप महत्त्व आहे. एखादी व्यक्ती थेट नजर भिडवून बोलत असेल, तर त्यावरून त्या व्यक्तीचा बोलण्यातील प्रचंड रस अथवा आवड अथवा त्या व्यक्तीची भावनिक तीव्रता लक्षात येते. तेच जर तो नजर चुकवून बोलत असेल, तर तो 'नर्व्हस' आहे अथवा कुठल्यातरी अपराधी

भावनेनं ग्रासलेला आहे असा अर्थ काढला जातो; पण खूप जास्त वेळ नजरेला नजर भिडवून बोलणंदेखील श्रोत्यांसाठी अवघडल्यासारखं वाटण्यास कारणीभूत ठरू शकतं. रोखून बघणं तर चुकीचंच असतं. संस्कृतीप्रमाणेही थेट नजर भिडवणं याचा वेगवेगळा अर्थ काढला जातो. उदा. आशिया, लॅटिन अमेरिका आणि आफ्रिका या देशांमध्ये ज्येष्ठ लोकांच्या नजरेला नजर भिडवून बोलणं म्हणजे त्यांचा अनादर करणं असा अर्थ होतो, तर अरब देशांमध्ये नजरेला नजर देऊन बोलणारी व्यक्ती विश्वासार्ह मानली जाते.

३) **हावभाव/हालचाल** – बोलताना हाताची योग्य ती हालचाल करणं म्हणजे वक्त्याची त्या विषयातील गोडी अथवा तळमळ असा अर्थ होतो, पण पायाची चुळबुळ हे अस्वस्थतेचं लक्षण आहे. हात खिशात घालून बोलणं अथवा छातीवर हाताची घडी घालून बोलणं हे उद्धटपणाचं लक्षण मानलं जातं.

४) **डोक्याची हालचाल** – बोलताना किंवा ऐकताना डोक्याची योग्य ती हालचाल (होकारार्थी, नकारार्थी) तुमची विषयाबाबतची सहमती अथवा असहमती, विषयातील तुमची आवड, रस दर्शवतं.

५) **उभं राहण्याची अथवा बसण्याची पद्धत** – आपल्या बसण्याच्या, उठण्याच्या अथवा हालचाली करण्याच्या पद्धतीसुद्धा आपल्या भावनिकतेची निदर्शक असतात. महत्त्वाचं संभाषण सुरू असताना ताठ बसणं हे लक्षपूर्वक ऐकण्याचं द्योतक आहे. आरामात खुर्चीत रेलून बसणं म्हणजे तुम्हाला विषयाची गंभीरता माहीत नाही असं मानलं जातं. या गोष्टी खासकरून नोकरीसाठी घेतल्या जाणाऱ्या 'इंटरव्ह्यू'च्या वेळेस पाळणं खूप महत्त्वाचं आहे. बसताना पाय

एकावर एक टाकून बसणं अथवा छातीवर हाताची घडी घालून बसणं, म्हणजे तुम्ही एक तर घाबरलेले आहात, नाहीतर स्वत:ची मतं कोणत्याही परिस्थिती न बदलण्याच्या पावित्र्याने बसला आहात असा अर्थ निघतो. तेच जर तुम्ही हात व्यवस्थित खुर्चीवर ठेवून, पाय एकावर एक न टाकता ताठ बसलात तर तुम्ही समोरच्याचं म्हणणं खुल्या दिलाने ऐकण्याच्या तयारीत आहात असा सकारात्मक संदेश तुमच्या देहबोलीतून जातो आणि संभाषणाची सुरुवात एका चांगल्या वातावरणात होऊ शकते.

६) **बाह्य रूप** – आपण कशा प्रकारचे कपडे घालतो, दागिने अथवा 'मेकअप' किती आणि कसा केला आहे याचाही परिणाम आपल्याविषयीचं मत सकारात्मक अथवा नकारात्मक बनण्यात होतो. औपचारिक प्रसंगाच्या वेळी आपण 'ड्रेस कोड' न पाळता फॅन्सी कपड्यात गेलात तर तुम्ही अति आगाऊ, बंडखोर, नियम न पाळणारे आणि गंभीरतेचा अभाव असणारे व्यक्ती आहात, असा लोकांचा तुमच्याबाबत समज होऊ शकतो आणि या गोष्टीनेसुद्धा तुमची महत्त्वाची मीटिंग, इंटरव्ह्यू उधळला जाऊ शकतो. तुम्हाला लोकांनी तुमच्याबाबत काय मत बनवायला हवंय, याचा विचार करताना स्वत:च्या बाह्यरूपावर काळजीपूर्वक विचार केला पाहिजे. इथे मनमानी महागात पडू शकते.

- **स्पर्श (हॅप्टिक्स)** – आपण आपल्या स्पर्शातूनही संवाद साधत असतो. आपल्या संस्कृतीमध्ये एखाद्याविषयी जवळीक दाखवायची असेल, एखाद्याला दिलासा द्यायचा असेल, ओळख दाखवायची असेल, तर त्या भावना स्पर्शातून व्यक्त करण्याची पद्धत सर्वमान्य आहे; पण काही काही वेळा अनावश्यक स्पर्श हा अनादर अथवा अपमानास्पद समजला जातो. खासकरून भिन्नलिंगी व्यक्तींबाबत

तर काळजीपूर्वक स्पर्श केला पाहिजे. महिलांना कोणत्याही कारणाने स्पर्श करताना विचार करूनच केला पाहिजे.

'हात मिळवणं' (हँडशेक) हा भेटण्याचा रूढ व सर्वमान्य प्रकार आहे; पण खूप वेळ हात हातात घेऊन हलवत राहणं हे अतिपरिचयाचं लक्षण आहे. बऱ्याचदा अधिकार गाजवण्यासाठीही हात बराच काळ हातात घेऊन हँडशेक लांबवला जातो. वेगवेगळ्या देशांचे जागतिक नेते जेव्हा एकमेकांना भेटतात, तेव्हा त्यांची देहबोली, खासकरून हँडशेकचा या दृष्टिकोनातून अभ्यास करणं आपल्याला बरंच काही शिकवू शकतं.

'गळाभेट' ही पद्धतही काही (खासकरून पाश्चिमात्य) संस्कृतीत पाळली जाते. त्यातून जवळीक आणि भेटण्याचा आनंद व्यक्त होतो. भारतीय संस्कृतीत मात्र अत्यंत जवळच्या व्यक्तीशीच 'गळाभेट' करण्याची पद्धत आहे. जर्मनी व इंग्लंडमध्ये सामाजिक प्रतिष्ठा व संकेत काटेकोरपणे पाळण्याची परंपरा आहे. भावनांचं उघड प्रदर्शन करणं त्या देशात चांगलं मानलं जात नाही, त्यामुळे स्पर्श करून भेटण्याचा (खासकरून 'गळाभेट') प्रकार त्यांच्याकडेही दिसत नाही.

- **दोघांमधील अंतर (प्रॉक्झेमिक्स)** – बोलताना आपण समोरच्या व्यक्तीपासून किती अंतर राखून बोलतो, यावरूनसुद्धा आपण त्या व्यक्तीला एक प्रकारे संदेश देत असतो. आपल्या प्रत्येकाच्या मनात आपण लोकांची तीन वर्तुळात विभागणी केलेली असते.

१) **अत्यंत जवळिकीचं वर्तुळ** – ज्यामध्ये आपल्याला प्रिय असणाऱ्या व्यक्ती, आपले घरातले जवळचे लोक व खूप जवळचे मित्र-मैत्रिणी इत्यादीचा समावेश आपण करतो.

२) **वैयक्तिक वर्तुळ** – यामध्ये आपण आपले इतर नातलग, मित्र–मैत्रिणी, सहकारी यांचा समावेश होऊ शकतो, ज्यांच्याशी आपण अघळपघळ गप्पा मारू शकतो.

३) **सामाजिक अथवा सार्वजनिक वर्तुळ** – हे औपचारिक वक्तींसाठीचं वर्तुळ आहे. ज्यामध्ये कामाच्या ठिकाणचे लोक, समाजातले ओळखीचे लोक यांचा समावेश होतो.

या विभागणीनुसार त्या त्या लोकांशी बोलताना त्यांच्या व आपल्यामधील अंतर कमी–जास्त होत राहतं. जवळीक जास्त असणाऱ्या लोकांशी अगदी जवळ जाऊन बोलता येतं; पण औपचारिक संवाद साधताना विशिष्ट अंतर राखून उभं राहणं महत्त्वाचं असतं.

कंपनीच्या मीटिंगमध्ये लोकांची बसण्याची व्यवस्था कशी केली आहे, यावरूनही कंपनीची पॉलिसी, लोकांकडे बघण्याचा दृष्टिकोन लक्षात येतो. चौकोनी टेबलाच्या केंद्रस्थानी बसलेल्या व्यक्तीचा अधिकार मोठा असतो, ती त्या ग्रुपची लीडरच असते असं समजलं जातं. त्याउलट, गोल टेबलाभोवती सगळ्यांनी बसणं हे समानतेचं लक्षण मानलं जातं. अशा कंपन्यांमध्ये औपचारिकतेचं स्तोम माजवलं जात नाही, हे सगळ्यांच्या लगेच लक्षात येतं.

अशा रीतीने दोन व्यक्तींमधील अंतरदेखील आपल्याशी बोलतं आणि एक प्रकारे संदेश देण्यात आपली भूमिका वठवतं.

- **वेळेचा उपयोग (क्रोनेमिक्स)** – एखादा माणूस त्याच्या वेळेचा उपयोग कसा करतो किंवा वेळेबाबतचं त्याचं मत काय आहे, ही गोष्ट 'माणूस' समजायला खूप मदत करतं. वेळेचं महत्त्व आपल्याला किती आहे, दिलेली वेळ आपण पाळतो का, दुसऱ्यासाठी कितपत खोळंबून वाट पाहण्याची आपली मानसिक तयारी असते आणि आपण आपला वेळ कसा प्लॅन करतो, आपण दुसऱ्याच्या वेळेला

किती किंमत देतो इत्यादी गोष्टी आपल्या स्वभावाबाबत, एकूणच व्यक्तिमत्त्वाबाबत बरंच काही सांगून जातात. वेळेच्याबाबत पाश्चात्त्य लोकांचे विचार कौतुकास्पद आहेत. वेळेवरच मीटिंगला येणं हे ते कसोशीने पाळतात. भारत मात्र 'इंडियन टाइम' असा एक उपहासात्मक शब्दच रूढ आहे, इतकी आपली वेळ न पाळण्याबाबतची ख्याती आहे. वेळ हा पैसाच आहे (Time is money). त्यामुळे आणि इतरांना योग्य तो आदर दाखवण्यासाठीसुद्धा 'वेळ पाळणं' आपण शिकलं पाहिजे.

नोकरीच्या ठिकाणी वेळेच्या आधी पोहोचणं किंवा इंटरव्ह्यूसाठीसुद्धा वेळेच्या आधी जाणं यावरून एखाद्याचा नोकरीतला इंटरेस्ट, बांधिलकी जोखली जाते.

- **आवाजाचा पोत (पॅरालँग्वेज)** – आपण नेहमी जे बोलतो ते 'काय' बोलतो यापेक्षाही ते 'कसं' बोलतो याकडे लक्ष चटकन जातं. उच्चरवात बोलणं नेहमी अतिउत्साहाचं लक्षण मानलं जातं. भरभर बोलणं किंवा खूप हळूहळू बोलणं या दोन्ही गोष्टी एखाद्याच्या मानसिकतेबद्दल काही सांगत असतात. बोलताना कोणत्या शब्दावर जोर दिला आहे यावरून संदेशाचा नेमका अर्थ काय असू शकेल याचा अंदाज बांधला जातो. उदाहरणार्थ, 'मी काम करतोय' असं बोलताना 'मी' वर जोर दिला तर अर्थ होतो बोलणाराच फक्त काम करतोय. 'काम करतोय' वर जोर देऊन बोलल्यास त्याचा अर्थ होतो, बोलणारा त्रासिकपणे सांगतोय की मला त्रास देऊ नका.

म्हणूनच बोलताना आपल्याला अभिप्रेत असलेल्या अर्थानेच आपण आवाजाचा पोत (pitch tone) व शब्दांवरचा जोर योग्यरीत्या ठेवला आहे ना, हे बघणं योग्य संवाद साधण्यासाठी गरजेचं आहे.

- **भौतिक परिस्थिती** – भाषणाच्या, मीटिंगच्या ठिकाणची आजूबाजूची परिस्थिती कशी आहे यावरूनसुद्धा आपलं विशिष्ट मत बनायला मदत मिळते. भिंतींचा रंग, हॉल अथवा रूमची साईज, फर्निचरची मांडणी इत्यादी गोष्टीसुद्धा एक वेगळा संदेश देत असतात आणि शेवटी वक्त्याच्या व्यक्तिमत्त्वाशी तो संदेश जोडून आपलं मत बनवलं जातं. काळा रंग अथवा करडा रंग हे शोकाचं प्रतीक मानलं जातं तर पिवळा किंवा सौम्य इतर रंग हे सकारात्मक ऊर्जेचं लक्षण मानतात. फर्निचरची रचना, डिझाईन यांवरून औपचारिक अथवा अनौपचारिक संभाषणाची कल्पना येऊ शकते. अतिशय नीटनेटक्या, औपचारिकरीत्या मांडलेल्या फर्निचरच्या सेटअपमध्ये आपण गेलो, तर नकळत आपल्यालाही औपचारिकता पाळावीशी वाटते. तिथे आपण अघळपघळ गप्पा मारण्याचा विचारही करू शकत नाही.

ऑफिसमध्ये कर्मचाऱ्यांच्या जागेची रचनाही एक संदेशच असतो. छोट्या-छोट्या कप्प्यांसारख्या केबिन बनवून तिथे कर्मचाऱ्यांची बसायची सोय असेल, तर कर्मचाऱ्यांनी एकमेकांशी अजिबात संवाद साधू नये असा त्यातला हेतू असू शकतो.

अशा प्रकारे नि:शब्द संवाद हा एक संशोधनाचाच विषय आहे; पण एक नक्की- असा नि:शब्द संवाद शाब्दिक संवादाला नेहमी अर्थ प्राप्त करून देतो, आधार देतो. त्याच्याविना संवाद पूर्णच होऊ शकत नाही.

७

व्यावसायिक संवादाचं प्रयोजन

कंपन्यांमध्ये किंवा संस्थांमध्ये सुसंवादाचं किती महत्त्व आहे हे आपण पाहिलं. व्यावसायिक कारणांसाठी संवाद कसा होतो, त्याचे कंपन्यांमध्ये अथवा संस्थामध्ये फायदे काय ? याचा विचार करू यात.

१) **योग्य तो संदेश पोहोचवणं** – संवादाचा मुख्य उद्देश आहे, योग्य तो संदेश योग्य त्या व्यक्तींपर्यंत पोहोचवणं, योग्य त्या माध्यमातून पोहोचवणं.

कंपन्यामध्ये कामानिमित्त बऱ्याच माहितीची देवाणघेवाण होत असते. त्यामुळे ही माहिती अथवा संदेश इतरांपर्यंत पोहोचवण्याचं काम संवादामार्फत होतं. या संवादाचं यशापयश हे आधीच्या प्रकरणात सांगितल्याप्रमाणे बऱ्याच घटकांवर अवलंबून असतं पण प्रामुख्याने तो संदेश कोणत्या भाषेत आहे, ती भाषा सगळ्या कर्मचाऱ्यांना अवगत आहे का ? संदेश पोहोचवण्याचं माध्यम काय निवडलंय ? संदेश क्लिष्ट भाषेत तयार केलाय की सोप्या, स्पष्ट भाषेत इत्यादीचा विचार करणं महत्त्वाचं ठरतं.

एक गमतीशीर उदाहरणच द्यायचं झालं तर कल्पना करा, एखाद्या ठिकाणी धोका आहे असं जर तुम्हाला तिकडेच चाललेल्या कुणा व्यक्तीला सांगायचं असेल, तर तुम्ही मोजक्या शब्दांत स्पष्टपणे व ठामपणे सांगाल की, 'थांबा, तिकडे जाऊ नका. धोका आहे.' असा संवाद अशा हातघाईच्या प्रसंगी परिणामकारक आणि स्पष्ट असतो; पण त्याऐवजी तुम्ही तोंडाने शब्दही न बोलता फक्त हातवारे करून दाखवलेत, तर त्या व्यक्तीपर्यंत ते किती पोहोचतील ? विचार करा हं !

२) **सर्वांच्या प्रयत्नांमध्ये सुसूत्रता आणणं** – संवाद हे मॅनेजमेंटकडे (व्यवस्थापनाकडे) असणारं महत्त्वाचं साधन आहे. कंपन्यांमध्ये एकाच वेळी हजारो कर्मचारी काम करत असतात. त्यांची कामं आधीच ठरवून दिलेली असतात. या सर्वांची कामं एका ठरावीक उद्देशाच्या दिशेने व्हावीत, यासाठी या सगळ्यांना आपापसात सहकार्य करायला उद्युक्त करणं हे महत्त्वाचं काम सुसंवादाने साधतं. संवादाने प्रत्येकाला जाणीव येत जाते की, इतर जण काय काम करतात आणि कंपनीच्या त्यांच्या स्वत:कडून काय काय अपेक्षा आहेत. ही स्पष्टता कंपनीत काम करताना अत्यावश्यक असते.

३) **आपापसातले औद्योगिक संबंध दृढ करणं** – संवादामुळे आपली मतं, नवनवीन कल्पना, भावना, आपले दृष्टिकोन आपण इतरांना सांगू शकतो. त्यामुळे वातावरणात अथवा कामाच्या ठिकाणी एक प्रकारचा विश्वास व मोकळेपणा वाढीस लागतो. संवाद सातत्याने घडत असेल तर गैरसमज फार कमी होतात. ज्याचा फायदा शेवटी आपापसातले सहकार्य वाढून काम जास्त चांगल्या प्रकारे करण्यासाठी होतो.

४) **'मॅनेजर'ची कौशल्यं वाढवणं** – संवादामुळेच मॅनेजरला आपल्या सहकाऱ्यांची, कर्मचाऱ्यांची सुखदु:खं, मतं समजतात. थोडक्यात सहकाऱ्याला, कर्मचाऱ्याला ओळखायला संवादाची मदत होते. कर्मचाऱ्यांची कामावर असताना वागणूक कशी आहे, कंपनीमध्ये काय काय घडतंय, यासंबंधीची माहिती मॅनेजरला संवादातूनच कळते.

५) **कंपनीचे वेगवेगळे कार्यक्रम व आराखडे, धोरणे, यशस्वी करणं** – कंपनीत निरनिराळ्या योजना वेळोवेळी बनत राहतात. आधीच्या कार्यप्रणालीत काही बदल केले जातात. या नव्या योजना किंवा आधीच्या योजनांमधील बदल अंमलात आणणारे घटक म्हणजे कर्मचारी वर्ग. त्यांच्यापर्यंत हे बदल जर व्यवस्थित पोहोचले नाहीत, तर ते त्या बदलानुसार काम कसे करू शकतील ? मग त्याचा परिणाम कंपनीच्या नव्या योजनांच्या यशापयशावर नक्कीच होईल. फक्त परिणामकारकतेने केलेला संवाद नव्या योजना कर्मचाऱ्यांपर्यंत पोहोचवायला मदत करतो.

वरील सर्व उद्दिष्टं जर पूर्ण झाली, तर त्याचा सकारात्मक परिणाम कर्मचाऱ्यांच्या कामावर होतो. ते अधिक जोमाने आणि सचोटीने काम करायला उद्युक्त होतात, ज्याचा फायदा शेवटी कंपनीलाच होतो.

तर अशा प्रकारे संवाद व्यावसायिकदृष्ट्या महत्त्वाचा आहे. संवादाची व्याप्ती खासगी आयुष्यात तर अमर्याद आहेच पण कंपनीत ती पुढीलप्रमाणे आखता येईल.

१) **माहितीच्या देवाणघेवाणीसाठी** – कंपनीत बऱ्याच प्रकारची माहिती सतत दिली किंवा घेतली जाते. उदा. नवे कायदे, नवीन योजना, धोरणे, कंपन्यांमध्ये झालेले बदल किंवा कंपनीचा विस्तार इ.

काही वेळा काही माहिती खूप जलद रीतीने कंपनीत पसरवावी लागते. उदा. कंपनीचं हस्तांतरण किंवा इतर मोठे बदल ज्याचा प्रत्यक्ष परिणाम कर्मचाऱ्यांवर होत असतो.

कंपनीत कर्मचारी संघटनेचा संप झाला असेल, तर तो वाटाघाटी होऊन मिटला आहे याची माहिती झटपट पसरावी लागते. त्यासाठी योग्य माध्यमाची निवड केली जाते.

२) **अभिप्राय घेणं किंवा देणं** – कंपनीत एखाद्याच्या कामाबद्दल त्याला अभिप्राय द्यावा लागतो. असा अभिप्राय वरिष्ठ अधिकारी कामाचं विश्लेषण करून देत असतात किंवा एखाद्या डिपार्टमेंटला त्यांच्या एकूण 'परफॉर्मन्स'वर मत द्यावं लागतं, जेणेकरून ते त्याच्या कामात सुधार घडवून आणतील.

तसंच कर्मचारी किंवा डिपार्टमेंट यांना आलेले अनुभव, अडथळे इतरांना अथवा वरिष्ठ अधिकाऱ्यांना कळवून त्यावर त्यांचा सल्ला मागवतात, ज्यामुळे कमीतकमी वेळात प्रश्न सोडवायला मदत होते.

३) **नियंत्रण ठेवण्यासाठी** – कंपनीत तयार झालेल्या या सर्व माहितीचा उपयोग कामावर नियंत्रण ठेवण्यासाठीच होतो. माहितीच्या देवाणघेवाणीतून मॅनेजमेंटला कळतं, की काम आपल्या ठरलेल्या योजनेनुसार चाललंय की नाही. ते तसं नसेल, तर योग्य तो संदेश संबंधितांना देऊन त्यांचे प्रयत्न अपेक्षित दिशेकडे वळवण्याचं काम केलं जातं. अशा प्रकारे कामावर नियंत्रण ठेवण्यासाठी संवादाची गरज असते.

४) **व्यक्तिमत्त्वाचा प्रभाव पडावा यासाठी** – लोकांनी आपला संदेश ऐकून त्याप्रमाणे प्रतिसाद द्यायला हवा असेल, तर आपल्या संवादाचा तसा प्रभाव त्यांच्यावर पडला पाहिजे. कंपन्यांमध्ये मॅनेजर ज्या

प्रकारे संवाद साधेल, त्याला प्रतिक्रिया म्हणून कर्मचारी आपला प्रतिसाद देतात. संवाद सकारात्मक दृष्टीने केला गेला असेल, तर प्रतिसादही सकारात्मकच येतो; म्हणूनच संवादाकडे गांभीर्याने लक्ष देण्याची गरज आहे. आपलं म्हणणं प्रभावीपणे पोहोचवण्यासाठी प्रयत्न करण्याची गरज आहे.

५) **समस्या सोडवण्यासाठी** – नव्या शतकातील कंपन्या आता एकट्या- दुकट्याच्या बुद्धिमत्तेवर अवलंबून न राहता बऱ्याच जणांच्या 'एकत्रित' बुद्धिमत्तेला जास्त वाव देतात. त्यासाठी कंपन्यांमध्ये 'ब्रेन स्टॉर्मिंग' असा एक उपक्रम राबवला जातो. यामध्ये एखादी समस्या किंवा प्रश्न सर्वांपुढे स्पष्टपणे मांडला जातो. मग प्रत्येक जण त्यावर विचार करून ती समस्या कशी सोडवायची, याचा स्वत:ला सुचलेला मार्ग सर्वांपुढे मांडतो. अशा प्रकारे एक समस्या सोडवण्यासाठी हजारो नवनवीन मार्ग जमा होतात आणि त्यातून सर्वदृष्टीने योग्य असा मार्ग निवडला जातो. या प्रकारच्या उपक्रमातून जास्तीत जास्त चांगला, फायदेशीर मार्ग शोधण्यास मदत मिळते. याचा आणखीही एक फायदा असा आहे, की हा मार्ग सगळ्यांनी मिळून, चर्चा करून निवडला असल्याने तो सर्वमान्य असतो व सगळ्यांकडून सहजी स्वीकारला जातो. तो तोडगा अथवा मार्ग यशस्वी करण्यासाठी पूरेपूर प्रयत्नही केले जातात.

६) **निर्णय घेण्यासाठी** – कोणताही निर्णय घेताना त्या प्रश्नाची चौफेर माहिती उपलब्ध असेल, तर जास्त चांगला निर्णय घेण्यास मदत होते. या माहितीत त्या प्रश्नाबाबत इतरांची मतं, त्यांची उत्तरं पण असतील तर अधिकच चांगलं.

७) **‘टीमवर्क’ करण्यासाठी** – आपण हे पाहिलंच आहे, की कंपन्यांमध्ये आता ‘टीमवर्क’ नेच काम करण्यास प्राधान्य दिलं जातं. एक ‘टीम’ बनण्यासाठी बराच काळ जावा लागतो. आपापसातले मतभेद विसरून कंपनीच्या यशासाठी एकत्र काम करण्याची तयारी असावी लागते आणि त्यासाठी कर्मचाऱ्यांमध्ये आपापसात सहकार्य करण्याची भावना असावी लागते. हे एक चांगली टीम तयार होण्यासाठी कर्मचाऱ्यांमध्ये सुसंवाद असणं फारच आवश्यक ठरतं. सुसंवादाने त्यांच्यातील गैरसमज दूर होऊन आपुलकी निर्माण होण्यास मदत मिळते.

जर संवाद तुटला किंवा विसंवाद बळावला, तर ही एकजूट होऊ शकत नाही. प्रत्येक जण एकेकट्याने काम करू पाहतो आणि कंपनीचं काम विस्कळीत होतं.

८) **कंपनीची इमेज बनवण्यासाठी** – कंपनीने जर योग्य रीतीने मार्केटिंग केलं, बाहेरील जगाशी सकारात्मक संवाद साधला तर कंपनीची एक चांगली इमेज तयार होते. चांगली इमेज असणाऱ्या कंपनीचा माल बाजारात झपाट्याने विकला जातो.

कंपनीला माल पुरवणाऱ्या पुरवठादार आणि कंपनीच्या समभाग धारकांशी सुसंवाद राखल्यास कंपनीचं दैनंदिन काम सुरळीत चालण्यास मदतच होते.

८

संवादातील अडथळे

सुसंवाद करण्याची इच्छा प्रत्येकाचीच असते पण बऱ्याचदा होतं उलटंच. बघताबघता संवाद विसंवादाचं, भांडणाचं रूप पकडू लागतं. कुठं चुकतं? विचार करूनही बऱ्याचदा उत्तर मिळत नाही किंवा चुकीची उत्तरं शोधली जातात. आता नमुन्यादाखल खालील उदाहरणच पहा.

श्रीयुत शेट्टी हे एका नामवंत मल्टीस्पेशॅलिटी हॉस्पिटलच्या कँटीन विभागाचे प्रमुख आहेत. हॉस्पिटलला मानाचं आय एस ओ मानांकन मिळवायचं आहे. त्यासाठी त्याचे कडक नियम काटेकोरपणे पाळणं हॉस्पिटलच्या प्रत्येक विभागाला बंधनकारक आहे.

श्रीयुत शेट्टींच्या कामाचं स्वरूप असं आहे, सकाळी सात वाजता कँटीन विभागाच्या किचनमध्ये देखरेख करणं, अन्नसुरक्षेबाबतचे सगळे नियम काटेकोरपणे पाळले जात आहेत की नाही यावर लक्ष ठेवणं, किचनमध्ये काम करणाऱ्या कर्मचाऱ्यांवर लक्ष ठेवणे, बाहेर जेवणाच्या हॉलमध्ये स्वच्छता आहे की नाही हे पाहणं व इतर व्यवस्थेची देखरेख करणं इ.

कँटीनच्या किचनमध्ये वेगवेगळ्या प्रांतातून आलेले भिन्न भाषिक लोक काम करतात. तसंच त्या कामगारांच्या वयामध्येही भरपूर तफावत आहे. वय वर्षे अठरा ते पन्नास या वयोगटातील लोक तिथे काम करतात. त्यांच्या बोलीभाषा वेगवेगळ्या असल्याने शेट्टींना त्यांना सूचना देण्यात बऱ्याच अडचणी येतात.

कर्मचारी भरतीच्या वेळी त्यांना प्रशिक्षण दिले जाते. यामध्ये खालील गोष्टींवर मुख्यत्वे भर दिला जातो, किचनमध्ये काम करताना काय काय नियम पाळले जावेत, स्वच्छता कशी पाळावी, अन्न कसे हाताळावे इ.

या गोष्टी शेट्टी कर्मचाऱ्यांना रोज नव्याने सांगतच असतात. जेणेकरून अन्न सुरक्षेचे आय एस ओ नियम पाळण्याचा पूरेपूर प्रयत्न केला जातो; पण हे तितकं सोपं काम नाही. याची त्यांना आता कल्पना आली आहे.

कर्मचाऱ्यांच्या भरतीपूर्वीचा प्रशिक्षण कालावधी बऱ्याचदा कसाबसा उरकला जातो. कर्मचारी सतत बदलत राहत असल्याने (जुने सोडून जातात आणि सतत नवीन भरती चालूच असते.) प्रशिक्षणही सतत घ्यावं लागतं. काही काही वेळा खूप काम पडलं तर प्रशिक्षण न देता भरती करून घ्यावं लागतं. या सगळ्या समस्यांना हाताळताना मि. शेट्टींना खरंच खूप कसरत करावी लागते.

कामावरच्या अशाच एका दिवशी शेट्टी तणावातच असतात. आदल्या दिवशी घरच्या काही तणावामुळे त्यांची रात्रीची झोपही नीट झाली नसते. दुसऱ्या दिवशीच्या कपड्याची तयारीसुद्धा त्यांना करता आलेली नाही, त्यामुळे त्यातल्या त्यात बरे दिसणारे कपडे घालून कसंबसं आवरून ते कामावर येतात. पाहतात तर काय? काही नाशवंत पदार्थांचे 'ट्रे' फ्रिजमधून गरज नसतानाही बाहेर काढून ठेवलेले

आहेत. त्या ‘ ट्रे ’मधील पदार्थाचं निरीक्षण करता ते बराच काळापासून फ्रीजबाहेर असल्याचं त्यांच्या लक्षात येतं. नाशवंत अन्न असं रूम टेम्परेचरला खूप वेळ ठेवलं तर ते लवकर खराब होईल, असे पदार्थ वापरायच्या फक्त वीस मिनिटं आधी फ्रिजमधून बाहेर काढायचे, अशा सूचना दिलेल्या होत्या. वारंवार सांगूनही कर्मचाऱ्यांनी आज ती चूक पुन्हा केली होती.

प्रत्येक कर्मचाऱ्याने आपले हात पदार्थाला लावण्याआधी ते स्वच्छ साबणाने धुवावेत, नखं कापलेली असावीत, केसांवर कॅप लावलेली असावी, अशा भरपूर सूचना ते वारंवार देत असत; पण कर्मचारी मुद्दाम त्याकडे पुरेसं लक्ष देत नाहीत, असं त्यांना आता वाटू लागलं होतं.

शेट्टींच्या प्रामाणिक प्रयत्नानंतरदेखील त्यांचा कर्मचाऱ्यांशी सुसंवाद होऊ शकत नाही. ते जे काही सांगतात त्याप्रमाणे कर्मचारी काम करताना त्यांना आढळत नाहीत म्हणजे त्यांनी दिलेल्या संदेशाप्रमाणे कर्मचाऱ्यांची ‘कृती’ होत नाही. त्याची कारणं वरील माहितीवरून म्हणजेच त्यांनी कर्मचाऱ्यांशी साधलेला संवाद यशस्वी झाला नव्हता. तुम्हाला शोधता आली का ? ती एकेक करून विस्ताराने पाहू यात.

शेट्टींना कर्मचाऱ्यांशी संवाद साधण्यात आलेले अडथळे असे होते–

१) **भाषा –** कर्मचाऱ्यांची मातृभाषा वेगवेगळी असल्याने तोंडी सांगण्यात आलेल्या सूचना समजायला त्यांना कठीण जातं आहे.

२) **वयातील फरक –** तुलनेने तरुण असलेले कर्मचारी छोटा आणि स्पष्ट असलेला संदेश चटकन आत्मसात करतात. त्यांच्याशी तरुणाईच्या भाषेत संवाद साधला, तर तो जास्त परिणामकारक होईल.

३) **भिन्न संस्कृती** – अन्न हाताळण्याची अथवा अन्न सुरक्षेबाबतची कल्पना बऱ्याच प्रमाणात त्या त्या संस्कृतीप्रमाणे बदलते.

४) **मानसिक ताणतणाव** – मानसिक ताणतणावाखाली असलेल्या शेट्टींचं स्वत:च्या दिसण्याकडे दुर्लक्ष झालं. अपुरी झोप, गबाळे कपडे, नीटनेटकेपणाचा अभाव इ. गोष्टींमुळे त्यांच्या व्यक्तिमत्त्वाचा प्रभाव पडत नाही. कर्मचारीसुद्धा त्यांच्या सूचनांना गंभीरतेने घेत नाहीत.

५) **संदेशासाठी माध्यमाची निवड** – सूचना देण्यासाठी शेट्टी नेहमी तोंडी संवादावरच भर देतात. तोंडी सूचना बऱ्याचदा विसरल्या जातात. दुर्लक्षिल्या जातात. तोंडी संवादाबरोबरच सूचनांचं पोस्टर जागोजागी चिकटवलं अथवा त्या संदर्भातील पूरक चित्र जर लावली, तर संदेश परिणामकारकरीत्या कर्मचाऱ्यांपर्यंत पोहोचवला जाईल.

संवादामध्ये विविध प्रकारचे अडथळे येत असतात. त्यांचं वर्गीकरण आपण खालील प्रकारे करू शकतो.

१) बाह्य अडथळे
२) संस्थात्मक पातळीवरील अडथळे
३) वैयक्तिक अडथळे

१) बाह्य अडथळे

यामध्ये तीन प्रकारचे अडथळे सांगता येतील.

अ) भाषेतील शब्दांच्या अथवा प्रतीकांच्या अर्थांशी संबंधित अडथळे
ब) भावनिक अथवा मानसिक अडथळे
क) संवादाची जागा अथवा परिस्थितीशी संबंधित अडथळे

अ) शब्दांच्या किंवा प्रतीकांच्या अर्थामुळे होणारे अडथळे

हा अडथळा संदेश ग्रहण करण्याच्या आणि तो समजण्याच्या पायरीवर येऊ शकतो. सेंडर जेव्हा संदेश एनकोडिंग करत असतो किंवा रिसीव्हर डीकोडिंग करत असतो, तेव्हा त्यासाठी शब्दांचा अथवा चिन्हांचा वापर करावा लागतो. सेंडर आणि रिसीव्हर या दोघांच्या भाषेच्या अवलोकनाच्या मर्यादा आणि अस्पष्ट अर्थाच्या शब्दांचा वापर यांमुळे अशा प्रकारचा अडथळा येऊ शकतो.

तोंडी अथवा लेखी संवादात शब्दांना खूप महत्त्व असतं. भाषेमध्ये असे बरेच शब्द असतात ज्याचे संदर्भ बदलले तर वेगवेगळे अर्थ निघू शकतात. संदेश बनवताना त्यात वापरलेले शब्द व चिन्हं अपेक्षित अर्थानेच जर रिसीव्हरला माहीत नसतील, तर संदेश समजण्यात बराच गोंधळ होऊ शकतो. उदाहरणार्थ, एका कार कंपनीने एक नवं मॉडेल बाजारात विक्रीसाठी आणलं, त्याचं नाव 'नोवा' असं ठेवण्यात आलं. नोवा या इंग्लिश शब्दाचा अर्थ होतो 'नवीन'. ही नोवा कार जेव्हा स्पेनमध्ये विकण्यास पाठवली गेली, तेव्हा तिथे तिची विक्रीच होऊ शकली नाही. कोणीही ती कार विकत घ्यायला तयार झालं नाही; कारण 'नोवा' या शब्दाचा स्पॅनिश भाषेतील अर्थ होता, 'न चालणारी / न हलणारी वस्तू' (नॉन मूव्हींग). असं नाव असणारी कार कोण विकत घेणार ?

भिन्न संस्कृती, भिन्न भाषिक लोकांमध्ये एका विशिष्ट भाषेमधून तयार केलेले संदेश त्याच त्या भाषेत तसेच अनुवाद केले, तर ते समजण्यास खूपच अडचण येते. उदा. पेप्सी कंपनीचं हे बोधवाक्यच पहा.

'come alive with pepsi' याचा 'पेप्सीच्या मदतीने ताजेतवाने व्हा' असा अर्थ आपण घेतो; पण हेच बोधवाक्य चीनमध्ये मात्र

त्यांच्या भाषेत अनुवादित करायचं म्हटलं तर त्याचा अर्थ असा होतो, 'पेप्सी तुमच्या पूर्वजांना जिवंत करते.'

संस्कृतीतील फरक संदेश समजण्यास, त्याचा योग्य तो अर्थ काढण्यातला खूप मोठा अडथळा आहे. उदा. एका संस्कृतीतील लोक स्त्रियांवर केलेला विनोद सहजपणे स्वीकारतील. मात्र, काही संस्कृतीत जिथे स्त्रियांना बरोबरीचा आदरयुक्त दर्जा दिला जातो, तिथे मात्र असे विनोद अजिबात खपवून घेतले जात नाहीत.

संदेशामध्ये निष्कर्षाचं प्रमाण जास्त असेल, तर तो संदेश समजणं कठीण जातं. शेट्टींच्या उदाहरणाबाबत हा एक अडथळा संवादामध्ये होता. अन्न फार काळ रूम टेम्परेचरला ठेवल्यास काय होऊ शकतं, असं व्यवस्थित समजावून न देता शेट्टी फक्त निष्कर्ष रूपात सूचना देत होते. त्यामुळे त्या समजणं कर्मचाऱ्यांना अवघड झालं असणार.

बऱ्याचदा संदेशात, शब्दांची स्पष्टता आणि अचूकता नसणं, हा संदेश समजण्यातला फार मोठा अडथळा ठरू शकतो. चुकीचे शब्द अथवा वाक्प्रचार, शब्द गाळून टाकणं, संदेशात एकजीनसीपणा नसणं (बरेच असंबद्ध मुद्दे त्यात असल्याने संदेशाचा एकत्रित अर्थ लागतच नाही), कल्पना विस्कळीतपणे मांडलेली असणं, वाक्यरचना ठीक नसणं, मर्यादित शब्दभांडार आणि मुद्द्यांमध्ये तोचतोचपणा अशा चुका संवाद साधण्यातले महत्त्वाचे अडसर आहेत.

संदेशामध्ये तांत्रिक भाषेचा अतिवापरही संवादाला मारक ठरतो. अशा भाषेला 'जारगन' (Jargon) म्हणतात. ही भाषा त्या क्षेत्रातील लोकांनाच कळू शकते. इतरांना मात्र ती समजण्यास भरपूर अडचणी येतात.

संदेशामध्ये चित्र, आकृत्या, आलेख इत्यादींचा प्रभावीपणे वापर

करता येतो. एका दृष्टिक्षेपात सगळा संदेश समजण्यासाठी त्याचा उपयोग होतो. मात्र ती चित्रं, आकृत्या अचूक असायला हव्यात.

संवादामध्ये हावभाव, हालचालींचाही पूरक उपयोग होतो. एखादी कृती करणं आणि ती न करणं या दोन्ही प्रकारे संवाद होतो. उदाहरणार्थ, एखाद्या कर्मचाऱ्याने एखादं चांगलं काम केलं, तर त्याचा बॉस त्याच्या पाठीवर थाप देऊन शाबासकी देईल किंवा तो अशी शाबासकी देणारही नाही व काहीच न करता गप्प राहील. कर्मचाऱ्यांसाठी या दोन्ही कृतींचं (किंवा कृती न करण्याचंही) महत्त्व आहे. शाबासकी दिली तर कर्मचाऱ्याला आणखी चांगलं काम करण्यास प्रोत्साहन मिळेल. शाबासकी नाही दिली तर त्याची निराशा होईल. आपल्या कामाची काहीही कदर केली जात नाही तर मग चांगलं काम का करायचं, असा त्या शाबासकी न देण्याचा अर्थ काढला जाऊ शकतो.

यादृष्टीने पाहिलं, तर एखाद्याची कृती होत असेल किंवा नसेल तरीही त्याच्या देहबोलीतून तो एक प्रकारे संवाद करतच असतो. अशी म्हणच आहे, की शब्दांपेक्षा कृतीतूनच माणूस खऱ्या अर्थाने कळतो. एखाद्याची कृती आणि बोलणं यामध्ये खूप तफावत असेल, तर त्या व्यक्तीची विश्वासार्हता धोक्यात येते. अशा माणसाचं म्हणणं कोणीही फारशा गंभीरतेने घेत नाही.

देहबोली हे संवादाचं प्रभावी माध्यम आहे. देहबोलीतून व्यक्त होणारा संदेश हा उत्स्फूर्त असतो. त्यात फसवणूक, लपवाछपवी नसते. जे मनापासून वाटत असतं तेच व्यक्त होतं; कारण आपल्या नकळत शरीराच्या हालचाली भावनांशी सुसूत्रपणे होत असतात. मनात भावना आनंदाची असेल, तर संपूर्ण शरीर आनंदातच हालचाली करत असतं, मुद्दाम आनंद लपवून विरुद्ध भावनेचे हावभाव ओढूनताणूनही दाखवता येत नाही.

देहबोलीत चेहऱ्याचे हावभाव आणि हातांची हालचाल जास्त करून दिसते. थेट नजरेला नजर भिडवणं, डोळ्यांची उघडझाप करणं, हसणं, आठ्या पाडणं, ओठांची उघडझाप, बोलताना भुवईला सतत स्पर्श करणं, श्वासोच्छ्वासाचा वेग कमी-जास्त होणं इ. देहबोलीचे ठळक प्रकार आहेत.

शब्द, प्रतीक, देहबोली यांचा एकत्रित अर्थ अपेक्षित तोच लावला गेला नाही तर संवाद अपयशी होतो.

ब) भावनिक अथवा मानसिक अडथळे

संदेश देणाऱ्याचा, घेणाऱ्याचा उद्देश, दृष्टिकोन, भावना इ. कारणांमुळेसुद्धा संवादात अडथळे निर्माण होतात.

संदेश ऐकताना तो पूर्ण होण्याआधीच त्याचा अर्थ काढणं हा संवादातला एक मोठा अडथळा आहे. संदेश नीट समजून न घेता तो मध्येच थांबवून ऐकणाऱ्याने त्यावर आपलं मत सांगायला सुरुवात केली, तर संवादाचा मुख्य उद्देश म्हणजे माहितीची देवाणघेवाणच थांबते. सेंडरला माहिती इतरांना सांगणंच निरर्थक वाटू लागतं; म्हणून संदेश ऐकताना तो सांगून संपेपर्यंत संयमाने, शांतपणे ऐकला पाहिजे.

बऱ्याचदा संवाद साधणाऱ्या व्यक्तिबाबत त्याच्या हाताखालच्या कर्मचाऱ्यांचं मत चांगलं नसतं. त्यांचा त्या व्यक्तीवर अविश्वास असतो. बोलणाऱ्या व्यक्तीमध्ये आत्मविश्वासाचा अभाव असेल किंवा स्वतःच्या जबाबदाऱ्या पेलण्यात तो अपयशी ठरलेला असेल, तर अशा व्यक्तीचं बोलणं कुणीही गांभीर्याने ऐकत नाही. वरिष्ठ अधिकारी ठामपणे निर्णय घेण्यात असमर्थ असेल, तर त्यांच्याकडून आलेल्या सूचना पाळायला कर्मचारी टाळाटाळ करतात. या सगळ्या कारणांमुळे संवाद अपयशी ठरतो.

'लक्षपूर्वक न ऐकणं' हा एक मोठा अडथळा संवादात नेहमी आढळतो. 'ऐकणं' आणि 'लक्षपूर्वक ऐकणं' या दोन्हींत फरक आहे. 'ऐकणं' म्हणजे फक्त काही आवाज कानावर पडणं. त्या आवाजाचा काही अर्थ लागेलच असं काही नाही; पण लक्षपूर्वक ऐकणं म्हणजे जे बोललं जातंय किंवा जो आवाज कानावर पडतोय त्याचा अर्थ लावला जाणं. अर्थ लावण्यासाठी आपल्याला बोलणं लक्षपूर्वक ऐकावं लागतं आणि त्याचा एकत्रित सुयोग्य अर्थ काढावा लागतो.

क) संवादाची जागा अथवा परिस्थितीशी संबंधित अडथळे

सर्वसाधारणपणे वक्ता एका मिनिटात सव्वाशे ते दोनशे शब्द बोलतो आणि साधारण श्रोता एका मिनिटात अंदाजे चारशे शब्दांचा अर्थ समजावून घेऊ शकतो. याचा अर्थ, वक्त्याने दोन शब्द बोललेले समजून घेतल्यानंतरही श्रोत्याकडे भरपूर रिकामा वेळ असतो. त्यामुळेच त्याचं लक्ष इतर विषयाकडे विचलित होऊ शकतं, भरकटू शकतं.

आपल्याला एक चांगला श्रोता होणं शिकावं लागतं, ते उपजत येत नाही. माणसाची उपजत वृत्ती चंचल असते, त्यामुळे जसजशी समज वाढते तसतसे त्या चंचल वृत्तीला आटोक्यात ठेवणं माणूस शिकत जातो आणि प्रगल्भ होत जातो. ऐकण्याच्या बाबतीत मात्र आपण आपल्या चंचल वृत्तीला काबूत ठेवायला शिकत नाही. श्रोता म्हणून एखादं भाषण, कार्यक्रम ऐकायला बसतो तेव्हा आपण स्वत:ला शिस्त लावायची असते. आपलं चित्त एकाग्र करून जे बोललं जातंय ते लक्षपूर्वक ऐकायची शिस्त. त्या शब्दांचा अपेक्षित अर्थ लावण्याची शिस्त, दोन शब्दांमध्ये आपल्याला जो मोकळा वेळ मिळतो, त्यात आपण त्या शब्दांच्या अर्थाला संबंधित विषयाशी जोडून विचार करायला शिकलं पाहिजे. हीच ती स्वयंशिस्त. ती आपल्याच हातात असते, नाही का ?

एखाद्या व्यक्तीची श्रवणशक्ती कमजोर असण्याची लक्षणे पुढीलप्रमाणे सांगता येतील, अशी माणसं सहसा पुढील तक्रारी नोंदवताना आढळतात.

- विषय निरस वाटणं.
- वक्ता कंटाळवाणं बोलतोय, असं वाटणं.
- वक्त्याच्या बोलण्याच्या पद्धतीवर टीका करणं.
- भाषण अथवा संभाषण तुकड्या तुकड्याने ऐकणं अथवा समजणं अथवा भाषणाच्या एखाद्या भागाकडे मुद्दाम दुर्लक्ष करणं.
- वक्त्याला बोलताना वारंवार थांबवून अडथळे आणणं.
- बाह्य हालचालींकडे वा गोष्टींकडे लक्ष विचलित होणं इ.

बोलणं लक्षपूर्वक न ऐकण्याची कारणंसुद्धा बरीच आहेत. महत्त्वाचं कारण म्हणजे लक्ष देऊन ऐकण्याची सवय नसणं, त्यासाठी मनाला तयार न करणं, मन आधीपासूनच दुसऱ्या कुठेतरी गुंतलेलं असणं, विषयाची थोडीसुद्धा आवड नसणं, तशी मनाने खूणगाठच बांधून ठेवलेली असणं इत्यादी. पण ही सगळी कारणं दुरुस्त करता येण्याजोगी आहेत. गरज आहे ती फक्त आपला या दृष्टिकोनातून शोध घेण्याची.

२) संस्थात्मक पातळीवरील अडथळे

काही विशिष्ट उद्दिष्टांच्या पूर्ततेसाठी संस्थामध्ये काम करण्याच्या काही ठरावीक पद्धती विकसित झालेल्या असतात. सगळ्यांना एकत्रित, सुरळीतपणे काम करता यावं यासाठी काही नियम, बंधन, शिस्त लावून दिलेली असते. कधीकधी त्यांचा योग्य ताळमेळ बसवला गेला नाही, तर त्याच गोष्टी अडथळे बनून संवाद अपयशी बनवण्यास कारणीभूत ठरतात.

संस्थेने संवादासाठी कोणती पद्धत रूढ मानली आहे हे पाहणं सगळ्यात आधी गरजेचं आहे. लेखी संवादावरच संस्थेचा अतिरिक्त

भर असेल तर तिथे कामाचा वेग कमी होतो, एकमेकांत अविश्वास वाढीला लागतो.

एखाद्या संस्थेत जर 'अपवर्ड' संवादाची पद्धत रूढ असेल, तर तो संदेश ठरावीक पायऱ्यांवरच्या अधिकाऱ्यांमार्फतच वरिष्ठांपर्यंत पोहोचवला जातो. त्यामुळे तो संदेश खूप उशिरा आणि बऱ्याचदा त्याच्या मूळच्या स्वरूपापेक्षा बदललेल्या रूपात पोहोचतो. त्यामुळे भविष्यात कर्मचारी वरिष्ठांपर्यंत पोहोचण्याचं टाळू शकतात किंवा मधल्या पायरीवरचा एखादा अधिकारी स्वत:चे हितसंबंध जपण्यासाठी तो संदेश वरिष्ठांपर्यंत पोहोचू देणार नाही. आपल्या भारतीय कंपन्यांमध्ये हा अडथळा खूप प्रमाणात दिसतो, कारण आहे नोकरशाहीची भारतीय मानसिकता. जिथे अधिकारपदाचे स्टेटस सिंबॉल, प्रतिष्ठा इ. गोष्टींवर जास्त भर असतो. त्या 'स्टेटस'ची भीती बाळगून कर्मचारी वरिष्ठांशी संवाद टाळतात. 'स्टेटस' संभाळण्याच्या प्रयत्नात एकमेकांवरचा विश्वास कमी होत जातो. वेगवेगळ्या स्टेटसचे अधिकारी एकत्र येऊन काम करू शकत नाहीत आणि चांगली टीम तयार होऊ शकत नाही. प्रामाणिकपणे माहितीची देवाणघेवाण होऊन उच्च दर्जाचं काम होण्याऐवजी आपापली प्रतिष्ठा सांभाळण्याकडेच जास्त लक्ष असतं या अडथळ्याला दूर करायचं असेल तर अनावश्यक औपचारिकता टाळावी लागेल. स्टेटसला अवास्तव महत्त्व न देता परस्परांमध्ये विश्वासाचं वातावरण निर्माण होण्यास वाव दिला पाहिजे.

काही संस्थांमध्ये संवाद सुरळीत व्हावा यासाठी कंपनीनेच काही महत्त्वपूर्ण सोई केलेल्या असतात, उदा. सूचना पेटी, तक्रार पेटी, नियमितपणे घेतलेल्या मीटिंग, अभिप्राय-फॉर्मचा योग्य तो उपयोग इत्यादी या सोईंचा कंपनीने सकारात्मक पद्धतीने वापर करून घेतला तर संस्थेमधील वातावरण संवादासाठी निकोप राहण्यास मदत होते. सूचना अथवा

तक्रार पेटीतील तक्रारी अथवा सूचनांची वेळोवेळी दखल घेतल्याने कर्मचाऱ्यांपर्यंत एक आशादायी संदेश पोहोचतो की आपलं गाऱ्हाणं ऐकून घेतलं जातंय. दुर्दैवाने बऱ्याच ठिकाणी या सोई उपलब्ध तर करून दिलेल्या असतात पण त्यांचा वापर मात्र म्हणावा तसा म्हणावा तितका योग्य पद्धतीने केला जात नाही.

३) वैयक्तिक अडथळे

हे वरिष्ठांपासून ते कर्मचाऱ्यांपर्यंत कुणाचेही वैयक्तिक अडथळे असू शकतात. वरिष्ठ अधिकाऱ्यात जर आत्मविश्वासाचा अभाव असेल तर त्याला ही भीती सतत वाटत असते, की आपल्याविरुद्ध काही षड्यंत्र तर सुरू नाही ना ? त्यामुळे असे अधिकारी संदेशामध्ये फेरफार करण्याचा किंवा संदेश पुढे जाऊ न देण्याचा प्रयत्न करतो.

काही अधिकाऱ्यांचं असं ठाम मत बनलेलं असतं की आपल्या हाताखालच्या कर्मचाऱ्यांना काही कळत नाही, कनिष्ठांनी–वरिष्ठांना सल्ला द्यावा एवढी काही त्यांची पात्रता नाही. या भावनेतून ते कनिष्ठांशी चर्चा करण्याचं टाळतात. आपलं महत्त्व अधोरेखित व्हावं, आपल्या अधिकाराची जाणीव इतरांना व्हावी या भावनेनेसुद्धा कधीकधी संदेशाकडे मुद्दाम दुर्लक्ष केलं जातं.

कर्मचाऱ्यांकडूनही काही अडथळे निर्माण केले जातात. काही विघ्नसंतोषी लोक कर्मचाऱ्यांचा वरिष्ठांशी संवादच होऊ देत नाही आणि छोट्या छोट्या कारणावरून युनियनचं अस्त्र बाहेर काढायला तयार असतात.

काही कर्मचारी अनावश्यक भीतीने अथवा स्टेटसच्या न्यूनगंडाने ग्रासलेले असतात. काहींना कसं बोलायचं, याचं ज्ञान अपुरं असतं, त्यामुळे आपल्याकडून अनाहूतपणे काही चूक झाली तर नोकरीवरच गदा यायची, या भावनेने ते संवादच टाळतात. अशा कर्मचाऱ्यांची

संस्था औपचारिकतेचं प्रमाण जास्त असलेल्या संस्थांमध्ये हमखास जास्त आढळतं.

संस्थेने चांगल्या सूचनांचा उल्लेख जाहीरपणे करून सूचना देणाऱ्या व्यक्तीस गौरवले आणि गैरलागू सूचनांचा उल्लेख टाळला तर अप्रत्यक्षरीत्या योग्य तो संदेश कर्मचाऱ्यांपर्यंत पोहोचतो व चांगल्या सूचनांना प्रोत्साहन मिळतं.

या सगळ्यांव्यतिरिक्त काही भौतिक कारणंदेखील संवादात अडथळे निर्माण करतात. जसं भाषणाच्या ठिकाणी माइक अथवा स्पीकर व्यवस्था नीट नसणं, लोकांच्या बसण्याची सोय व्यवस्थित नसणं, कुणी बोलत असताना आजूबाजूला प्रचंड गोंधळ असणं इ. गोष्टी संवाद परिणामकारकरीत्या होण्यास अडथळे आणतात.

९

ऐकायला शिका !

आपल्यापैकी फार थोड्या लोकांना ऐकण्याची कला अवगत असते. अशी माणसं ओळखायची कशी ? एक सोपा निकष आहे. ज्या माणसांना 'ऐकता' येते ती आपल्या जीवनात हमखास यशस्वी असतात.

तुम्ही विचाराल, ऐकायला तर सगळ्यांना येतं, मग सगळे यशस्वी कसे नाहीत ? तुम्ही म्हणताय ते ऐकणं आणि खऱ्या अर्थाने 'ऐकणं' यात फरक आहे.

ऐकणं म्हणजे फक्त कानावर काही आवाज पडणं आणि आपल्याला तो आवाज ऐकू येणं एवढंच फक्त नव्हे; तर त्या आवाजाचा अर्थ काय, उद्देश काय हे शोधण्याची प्रक्रिया, जी आवाज कानावर पडल्यानंतर सुरू होते ते खरं ऐकणं.

आजकाल कितीतरी वेळा आपण हा अनुभव घेत असतो की एखादं रटाळ भाषण/व्याख्यान सुरू आहे, वक्ता स्वत:तच रमून बोलत सुटलाय आणि कंटाळलेले श्रोते तो आवाज नुसताच ऐकतायेत. त्याचा अर्थ समजून घेण्याची गरज त्यांना वाटत नाही. बोलणाऱ्याच्या भावना श्रोत्यांपर्यंत पोहोचत नाही. वक्त्याचा उद्देश श्रोत्यांना समजत नाही.

संवाद होतच नाही. असाच प्रकार दुर्दैवाने आजकाल बहुतेक शाळा, कॉलेजातून शिकवण्याच्या-शिकण्याच्या बाबतीत होत आहे.

यात दोष कुणाचा ? आपण 'संवाद म्हणजे काय' या पहिल्या प्रकरणात पाहिलं की संवाद यशस्वी होण्यासाठी वक्ता, श्रोता आणि इतर घटक साहाय्य करतात. त्यामुळे संवादाची जबाबदारी वक्ता, श्रोता या दोहोंवर असते. वक्त्याने जसे आपले भाषण श्राव्य, रसभरीत करायला हवे त्याचप्रमाणे श्रोत्याकडूनही तितक्याच मानसिक, बौद्धिक एकाग्रतेची आवश्यकता असते.

समजून ऐका

ऐकल्याबरोबर त्या माहितीचा पटकन निष्कर्ष काढण्याची प्रवृत्ती श्रोत्यांमध्ये हमखास असते. या प्रवृत्तीमुळे वक्त्याच्या बोलण्याचा मूळ उद्देश समजून न घेता अर्धवट ऐकून निष्कर्ष काढण्याच्या घाईत श्रोता असतो. यामुळे गैरसमज होतात आणि संवाद खुंटतो.

मग समजून ऐकायचं म्हणजे काय करायचं ? तर वक्ता मांडत असलेली कल्पना, त्याबाबतचा त्याचा दृष्टिकोन, भावना, वक्त्याने मांडलेले संदर्भ इ. सगळ्याचे नीट आकलन करणे. त्यासाठी शेवटपर्यंत सबुरीने नीट ऐकले पाहिजे. थोडक्यात, स्वत:ला वक्त्याच्या जागी उभे करून त्याचे बोलणे समजून घेतले पाहिजे. आपण याला 'समजूतदारपणा' म्हणू यात; पण ही कला प्रयत्नाने आत्मसात करावी लागते, हे नक्की. 'ऐकायला' शिकावं लागतं. स्वत:वर ताबा मिळवून समोरच्याचे शांतपणे, समजून घेऊन ऐकायला आपल्या कानांना प्रशिक्षित करावं लागतं.

अशा प्रकारे आपण ऐकू शकलो तर आपल्या नात्यांमधील परस्परसंबंधातही सकारात्मक बदल घडू शकतात. ऐकणारा आपल्याला समजून घेतोय, असे जर सांगणाऱ्याला वाटले तर त्याच्यामधील

नकारात्मक भावना जसे राग, द्वेष, हळूहळू कमी होऊन आपले बोलणे अधिक तर्कशुद्ध बनवण्याचा तो नक्की प्रयत्न करील. यामुळे नकारात्मक भावनांचा संवादामध्ये येणारा अडथळा कमी होऊन आपले मत इतरांपर्यंत अधिकाधिक नेमकेपणाने पोहोचवण्याचा प्रयत्न केला जाईल. समूहातील एक जण जरी असा समजुतीने बोलणारा, ऐकणारा असेल तर त्याचा परिणाम होऊन समूहातील इतर जणही भावना आटोक्यात ठेवून तर्कशुद्ध बोलण्यास प्रवृत्त होतील.

बहुतेक वेळा भांडणात एकच मुद्दा कळकळीने मांडला जातो. दोन्ही बाजूचे लोक 'मीच बरोबर आहे' आणि समोरचा कसा चुकीचा आहे हे सिद्ध करण्याचा प्रयत्न करत असतात. मूळ समस्या मात्र न सुटता आहे तिथेच उपेक्षित राहते. खरंतर 'कोण बरोबर, कोण चूक' हा मुद्दाच गैरलागू असतो. सगळ्यांनी मिळून समोर असलेल्या समस्येचे निराकरण कसे करावे यावर लक्ष केंद्रित करायचे असते; पण दुखावलेला अहंकार आडवा येतो. त्याला चुचकारल्याशिवाय कुणीही पुढे जायला तयारच नसतो. अशा वेळी कुणी समजूतदारपणे, शांतपणे दोन्ही बाजू ऐकून घेतल्या, समजून घेतल्या तर आपलं म्हणणं कुणीतरी समजावून घेतंय या भावनेने दोन्ही बाजू शांत होण्यास मदत मिळते. त्या व्यक्तीवर दोन्ही बाजूच्या लोकांचा विश्वास बसू लागतो. त्याचं म्हणणं समजून घ्यायला त्यांच्या मनाची तयारी सुरू होते. भावनांचा कल्लोळ ओसरल्यामुळे बुद्धीने विचार करायला भाग पाडता येते आणि मुख्य समस्येकडे दोन्ही बाजूंचे लक्ष हळूहळू वेधता येऊ शकते. अशी एक समजूतदार व्यक्ती दोन्ही पक्षांना 'विन-विन' स्थितीत आणून ठेवू शकतो.

ऐकण्याच्या प्रक्रियेतील अडथळे

समजून घेऊन ऐकण्याच्या प्रक्रियेत आणखीही काही घटक

अडथळे आणू शकतात. उदा. काही लोकांची विचार करण्याची प्रक्रिया इतकी जलद होते की वक्त्याचे पुढचे वाक्यं कानावर पडण्याआधी ऐकणाऱ्याकडे भरपूर वेळ शिल्लक राहतो आणि मग त्याचे अतिवेगवान मन दुसरीकडे भरकटू लागते. अशा वेळी आपल्या मनाला पुन्हा रुळावर आणण्याचा प्रयत्न करण्याची आवश्यकता पडते.

काही लोक नुसतेच शब्द ऐकतात. तुकड्यातुकड्याने शब्दांकडे अथवा वाक्यांकडे आकर्षित झाल्याने त्यांचा मेंदू फक्त तेवढेच शब्द/वाक्य लक्षात ठेवतो. त्यामागचा दृष्टिकोन संपूर्णत: दुर्लक्षित राहतो. हा अडथळाही वेळीच ओळखून त्यादृष्टीने स्वत:ला प्रशिक्षित करायला हवे.

काहींना आपल्या ग्रहणशक्तीवर अथवा स्मरणशक्तीवर इतका कमी विश्वास असतो की आपले काही सुटून जाऊ नये या भीतीपोटी ते वक्त्याचा शब्दन्‌शब्द आपल्या वहीत टिपून घ्यायचा प्रयत्न करतात. शब्द तर नोंदवले जातात पण त्याबरोबरीने होणाऱ्या नि:शब्द संवादाचे काय ? लिहून घेण्याच्या भानगडीत तो तर सुटून जातो आणि संवाद अपूर्ण राहतो. श्रोता वक्त्यापर्यंत पोहोचूच शकत नाही. यासाठी खरंतर श्रोत्याने नीट लक्ष देऊन वक्त्याचे भाषण ऐकावे, ते जर आपल्याला नीट समजले तर आपला मेंदू त्याची नोंद ठेवत असतो याची खात्री बाळगावी. फारतर अधूनमधून फक्त ठळक मुद्दे नोंदवून ठेवावेत.

ऐकण्याच्या प्रक्रियेतील सर्वांत मोठा अडथळा म्हणजे श्रोत्यांचा आळशीपणा. आपण स्वत:ला ऐकण्याबाबत प्रशिक्षित करायची गरज आहे, हेच मुळी काहींना मान्य नसते. त्यांच्या मते त्यांना गुंतवून ठेवून ऐकायला लावण्याची सर्व जबाबदारी वक्त्याची असते. वक्ता जर प्र. के. अत्रे अथवा पु. ल. देशपांडे यांच्या इतका पट्टीचा असेल तर ठीकच, बऱ्याच ज्ञानी लोकांकडे इतरांना सांगण्यासारखे बरेच काही

असते पण बोलण्याची कला अवगत नसते. मग अशा ज्ञानी लोकांचे बहुमूल्य बोल आपण आपल्या आळशीपणामुळे 'ऐकलेच' नाही तर नुकसान कुणाचे ?

'ऐकायला शिकण्याचे प्रशिक्षण'

समजून घेऊन ऐकण्यासाठी पुढील काही गोष्टींची मदत होईल.

- समोरचा बोलत असताना आपले बोलणे थांबवा. मनातल्या मनात होणारा संवादही थांबवला पाहिजे. वक्ता बोलत असताना आपण आपल्या मनात त्याच्याशी संवाद करत असतो. त्याचे म्हणणे पटत असेल तर आपल्या मनात त्याबाबतचे आपले स्वत:चे अनुभव तरंगायला लागतात. पटत नसेल तर वक्त्याशी मनातल्या मनातच भांडण सुरू होते. या दोन्हींमुळे वक्ता पुढे काय म्हणतोय, त्याला नक्की काय म्हणायचंय, त्याचा दृष्टिकोन श्रोत्यांपर्यंत पोहोचतच नाही; कारण श्रोत्याची गाडी वेगळ्या रुळावरून पुढे दुसऱ्याच प्रवासाला लागलेली असते.

  वक्त्याला त्याचे बोलणे संपवू द्या. त्या दरम्यान जर आपल्याला काही शंका विचारायच्या असतील तर त्याची नोंद करून ठेवा. ज्या वक्त्याचे बोलणे संपल्यानंतर विचारणे जास्त उपयोगी ठरेल.

- वक्त्याबद्दलचे कोणतेही पूर्वग्रह, समज मनात बाळगून ठेवू नका. नाहीतर आपले सारे लक्ष आपले पूर्वग्रह अथवा समज कसे बरोबर आहेत, हे सिद्ध करण्याकडे लागलेलं असतं. ऐकताना मनाची पाटी कोरी करण्याचं प्रशिक्षणही घ्यावं लागतं. प्रयत्नांती ते जमतं, हे नक्की.

- ऐकताना तुम्ही खरोखर ऐकताय हे दर्शवणारे संदेश अधूनमधून आपल्या हावभावातून देणे गरजेचं आहे. यामुळे वक्त्याला आपले मत समोरच्यापर्यंत पोहोचतंय याची जाणीव होऊन त्याचा विश्वास वाढेल.

- सद्‌भावनेने सहृदयतेने आणि सबुरीने ऐका. तुम्हाला वक्त्याचे म्हणणे पटत नसेल, गैरलागू वाटत असेल अथवा चुकीचे वाटत असेल तरीही त्याचे बोलणे संपेपर्यंत सबुरीने ऐका. 'तुमचे बरोबर आहे' किंवा 'मला तुमचे म्हणणे पटतेय' असंही म्हणण्याची घाई करू नका. फक्त तुम्ही खरंच ऐकताय असं दर्शवणारे 'अच्छा', 'बरं' अशा अर्थाचे हावभाव दिसू द्या.

- बोलणाऱ्याच्या भावना, तसेच त्याने मांडलेले तर्क दोन्हीही समजून घ्यायचा प्रयत्न करा. काहींना आपल्या भावना मोकळेपणाने व्यक्ता करता येत नाहीत. त्यांना समजून घेण्यासाठी थोडे जास्त प्रयत्न करायला हवेत.

- आपल्याला नीट समजलंय की नाही हे वक्त्याचं बोलणं संपल्यानंतर आधी पडताळून पहावं. मीटिंगमध्ये असाल तर तुम्हाला जे समजलंय ते थोडक्यात पण अचूकपणे पुन्हा मांडा. कोणत्याही प्रकारचे निष्कर्ष अथवा मत या पायरीवर मांडू नये.

- थेट प्रश्न विचारणं टाळा तसेच सत्य वेगळं असेल (आणि तुम्हाला ते माहीत असेल) तरीही त्यावरून वाद घालण्याचं टाळा; कारण वादामध्ये जास्त महत्त्वाचा मुद्दा असतो, लोकांच्या दुखावलेल्या भावना.

- तुम्हाला माहीत नसलेल्या गोष्टीबाबत जर बोललं जात असेल आणि त्या विषयाची अधिक माहिती तुम्हाला करून घ्यायची असेल तर मुद्दा मांडून झाल्यावर फक्त एवढाच प्रतिसाद द्या की, 'तुम्ही असे म्हणताय का की.....' यामुळे मुद्दा मांडणाऱ्याला तो विस्ताराने सांगण्यासाठी प्रोत्साहन मिळेल.

- जे बोललं गेलं नाही तेसुद्धा समजून घ्यायचा प्रयत्न करा. आपण त्याला 'बिटवीन द लाइन्स' म्हणतो. अशा गोष्टीही विषय पूर्ण समजण्यास महत्त्वाची भूमिका बजावतात. वक्त्याला महत्त्वाच्या बाबी शब्दात मांडणं कधीकधी कठीण जातं. अशा वेळी आवाजातले चढउतार, चेहऱ्यावरील हावभाव, हातांची पूरक हालचाल अशा सूचक गोष्टीही आपल्याशी संवाद करत असतात. तो समजून घ्यायला शिकलं पाहिजे.

यशस्वी व्हायचं असेल तर आधी आपले कान ऐकण्यासाठी तयार केले पाहिजेत. त्यासाठी जाणीवपूर्वक प्रयत्न मात्र करायला हवेत.

१०

संवाद कौशल्य कसे तपासाल ?

आपण जो संवाद करतो तो तपासून पाहायचा असेल तर आपल्या संवादाचं विश्लेषण करायला शिकलं पाहिजे. संवाद करताना व्यक्तींच्या भावभावना, मन:स्थिती तसेच व्यक्तिमत्त्वाचं दर्शन घडत असतं त्यामुळे त्या विशिष्ट मन:स्थितीला ओळखून त्याला संवादासाठी अनुकूल करता आलं तर त्याचा फायदा निश्चितच सकारात्मक संवाद घडवून आणण्यासाठी तसेच इतरांशी परस्परसंबंध सुदृढ करण्यासाठीही करता येईल.

संवादाचं विश्लेषण करण्यासाठी ट्रान्झॅक्शनल ॲनालिसिस (TA) ही पद्धत परिणामकारक आहे. टी. ए. ही मानसोपचारात वापरली जाणारी पद्धत १९४०मध्ये एरिक बर्ने आणि थॉमस हॅरिस या मानसोपचार तज्ज्ञांनी शोधून काढली. एखादी व्यक्ती जेव्हा इतरांशी बोलते, संवाद करते तेव्हा तिच्या संवाद करण्याच्या पद्धतीचा वारंवार आढळणारा एक पॅटर्न असतो. त्या संवादाचं विश्लेषण जर केलं तर आपल्याला त्या व्यक्तीच्या भावभावनांपर्यंत पोहोचता येतं, आपल्याला ती व्यक्ती ओळखता येते. इतरांचं उदाहरण कशाला ? आपण स्वत:लासुद्धा या

पद्धतीच्या साहाय्याने नीट ओळखू शकतो. आणि आपल्यामध्ये सकारात्मक बदल घडवून आणू शकतो.

या पद्धतीनुसार, प्रत्येक व्यक्तीमध्ये तीन प्रकारची व्यक्तिमत्त्वं अथवा माहितीसाठा दडलेला असतो. ती तीन व्यक्तिमत्त्वं आहेत–

१) पालक व्यक्तिमत्त्व

२) बालक व्यक्तिमत्त्व

३) सुजाण व्यक्तिमत्त्व

प्रत्येक व्यक्ती या तीन अवस्थांच्या अनुषंगाने इतरांशी संवाद साधत असतो. म्हणजेच एखादी व्यक्ती जेव्हा कुणाशी बोलत असेल तर त्यावेळेस तिच्यातील वरील तीनपैकी कोणते व्यक्तिमत्त्व मुख्यत्वेकरून संवाद करत आहे हे आपल्याला ओळखता येतं.

पण हे ओळखायला शिकण्याआधी आपण ही तीन व्यक्तिमत्त्व आपल्यात कशी तयार होतात हे पाहू या.

१) पालक व्यक्तिमत्त्व

लहान मूल जन्मल्यानंतर सर्वस्वी त्याच्या पालकांवर अवलंबून असतं. पालक त्याला जे सांगतील तेच त्याच्यासाठी अंतिम सत्य असतं. आसपासच्या मोठ्यांपुरतंच त्याचं जग सीमित असतं. या मोठ्यांनी दिलेली प्रत्येक सूचना या मुलाच्या पालक व्यक्तिमत्त्वात साठवली जाते, जशीच्या तशी. त्याचप्रमाणे पालक जी काही कृती करत असतील तीही या खात्यात साठवली जाते कायमची. या माहितीसाठ्यात प्रामुख्याने मोठ्यांनी घालून दिलेले नियम, शिक्षा, रागावणे; तसेच हे नियम जर मोठेच पाळत नसतील तर त्याचीही नोंद ठेवली जाते.

सर्वसाधारणपणे आढळणारं उदाहरण म्हणजे लहानग्याला मोठे 'खोटं बोलायचं नसतं' असा नियम शिकवतात. ते या लहान मुलाच्या

पालक माहितीसाठ्यात जमा होतं. पुढे कधीतरी हेच मूल आपल्या पालकाला खोटं बोलताना आढळतं. त्यावेळेसचं मोठ्यांचं वागणंदेखील या माहितीसाठ्यात जमा होतं. या माहितीचं पुढे काय होतं हे आपण पुढे पाहू या.

लहान मुलांसाठी पालकांव्यतिरिक्त इतर अनेक स्रोत आहेत, पालक माहितीसाठा जमवण्यासाठी सगळ्यात परिणामकारक स्रोत म्हणजे हल्ली घरोघरी नियमितपणे बघितला जाणारा टेलिव्हिजन. पालक जर मुलांना घेऊन काही कार्यक्रम बघत असतील, तर त्यातली मतं, नियम, कृती ही सगळी मुलाच्या 'पालक' माहितीसाठ्यात अलगद जाऊन पडते. त्या कृतींशी जोडल्या गेलेल्या भावनादेखील मुलांमध्ये नोंदवल्या जातात. आता विचार करा, हाणामारीची, रक्तपाताची दृश्यं या टीव्हीवरून मुलांच्या माहितीसाठ्यात सतत जमा होत गेली आणि त्यातही मारामारी करून जिंकलेला हिरो जेव्हा सगळ्यांची 'वाहवा' मिळवतो तेव्हा या लहानग्याच्या मनात काय नोंद झाली असेल?

लहान असताना तसेच मोठेपणी काही माणसं सतत आदेश देत असतात, सूचना देत असतात अथवा प्रत्येक बाबतीत टोकाची भूमिका घेत असतात. अशा प्रकारे संवाद करणाऱ्या व्यक्तीचे 'पालक' व्यक्तिमत्त्व जास्त प्रभावशाली आहे असे मानले जाते.

पालक व्यक्तिमत्त्व यामध्ये बाह्य घटनांची नोंद ही पालक माहितीसाठ्यामध्ये ठेवली जाते; तर या घटनांबद्दल मुलाला काय वाटते, त्याच्या मनात काय खळबळ माजते याची नोंद त्याच्या 'बालक' माहितीसाठ्यात ठेवली जाते. या साठ्यात ठेवली जाणारी नोंद ही पालक साठ्याच्या बरोबरीने त्याचवेळी केली जाते. मूल आपल्या आसपास जे जे काही पाहतं, ऐकतं, त्याबद्दलची त्याची प्रतिक्रिया, भावना या सगळ्याची नोंद इथे सुरू असते.

२) बालक व्यक्तिमत्त्व

लहान मुलाकडून वेळोवेळी बऱ्याच अपेक्षा केल्या जातात. त्या पूर्ण झाल्या तर मुलाचं कौतुक होतं. त्यावेळेसच्या मुलाच्या आनंदी भावना या साठ्यात नोंदवल्या जातात; पण जर काही अपेक्षा मूल पूर्ण नाही करू शकलं तर त्यावरची मोठ्यांची प्रतिक्रियासुद्धा नोंदवली जाते. ती जर रागावण्याची असेल तर दुःखी भाव नोंदवले जातात; असं जर कुणा मुलाच्या बाबत वारंवार घडलं (तसं ते बहुतांशी मुलांबाबत होतंच) तर 'आपल्यात काहीतरी कमी आहे' ही भावना/न्यूनगंड मुलांमध्ये वाढीस लागतो. लहान मूल प्रत्येक गोष्ट शिकण्याच्या प्रक्रियेतून सतत जात असतं, एखादी गोष्ट कशी करायची याचा वस्तुपाठ देणारी मोठी माणसं असतात. जे कौशल्य मोठ्यांना अवगत असतं ते लहान मुलासाठी नवीन असतं त्यात ते चुका करणारचं. असं कदाचित प्रत्येक नवीन कौशल्याबाबत होऊ शकतं; म्हणून लहान मुलांना चुकांसाठी न रागावता सतत प्रोत्साहित करणं गरजेचं असतं; त्यामुळे त्यांचं स्वतःबद्दलचं मत सकारात्मक बनून नवीन गोष्टी करण्यास ते प्रोत्साहित करतं.

बालक माहितीसाठ्यात व्यक्तीची उत्स्फूर्तता, भावनिकता तसेच चांगल्या घटनांवरील आनंददायी माहितीसुद्धा साठवली जाते. आनंददायी घटनांची नोंद जास्त असेल तर मुलाला स्वतःबद्दल सुरक्षित, आनंदी वाटतं, आपण 'कोणीतरी असण्याचा' गर्व वाटतो. जीवनाकडे बघण्याचा दृष्टिकोन आनंदी राहतो. याउलट, सतत दुःखद अथवा नकारात्मक भावनांचा साठा असलेलं मूल या भावनांना नीट हाताळू शकत नाही.

नकारात्मकतेवर सहजी मात करू शकत नाही. त्याच्या उर्वरित आयुष्यावर याचा परिणाम जाणवत राहतो. असुरक्षिततेची भावना त्याला आयुष्यभर झेलावी लागते. न सुटलेल्या असंख्य प्रश्नांचे ओझे वागवावे लागते.

लहान मुलाच्या व्यक्तिमत्त्वातील 'बालक' व्यक्तिमत्त्व अशा रीतीने बनत जाते. काही व्यक्तींमध्ये प्रौढपणीही हे बालक व्यक्तिमत्त्व प्रभावीपणे दिसून येते.

३) सुजाण व्यक्तिमत्त्व

लहान मूल जेव्हा रांगायला लागतं, इकडेतिकडे जाऊ शकतं तेव्हा त्याच्यामध्ये स्वत:हून शोध घेण्याची, अनुभव घेण्याची वृत्ती बळावते. आत्तापर्यंत ते एक परावलंबी व्यक्तिमत्त्व होतं जे घरातील मोठ्यांवर पूर्णत: अवलंबून होतं. आता मात्र कोणत्याही घटनेबाबत मोठ्यांनी शिकवलेलं आणि स्वत:च्या जाणिवांना समजलेलं यांमधील फरक ओळखायला ते मूल शिकू लागतं, शोध घेऊ लागतं. या प्रक्रियेतून जे निष्कर्ष निघतात ते सुजाण व्यक्तिमत्त्वाच्या माहितीसाठ्यात जमा होऊ लागतात.

उदा. आपण आधीचंच उदाहरण घेऊ. मोठी माणसं सांगतात की खोटं बोलायचं नसतं; पण स्वत: लहान मुलाने बरेचदा त्याच मोठ्यांना खोटं बोलताना पाहिलेलं असतं. त्याबाबतच्या संमिश्र भावना त्यांच्या बालक व्यक्तिमत्त्वाच्या साठ्यात जमा असतात. त्या भावना कोणत्या असतील, हे सांगणं कठीणच! प्रत्येक मुलामध्ये वेगवेगळ्या प्रकारचे प्रतिसाद उमटू शकतात; पण जर त्या मुलामधील 'सुजाण व्यक्तिमत्त्व' प्रभावी झालेलं असेल तर पालक व्यक्तिमत्त्वातील सूचनेचा व बालक व्यक्तिमत्त्वातील भावनांचा योग्य तो मेळ घातला जाईल. आणि त्या प्रत्येक विरोधाभासासाठी त्याच्याकडे स्वत:चं असं उत्तर (जे त्याच्यासाठी समाधानकारक असेल) तयार असेल. यामुळे अंतर्गत विरोधाभासामुळे निर्माण होणाऱ्या मानसिक ताणतणावाला तो सक्षमपणे सामोरा जाऊ शकेल.

पण जर कुणामध्ये हे सुजाण व्यक्तिमत्त्व प्रभावीपणे वाढीस लागलेलं

नसेल तर! समजा लहानग्या रघूला त्याच्या आईने फटका मारून ताकीद दिली की, ‘बघ, खोटं बोललास तर याद राख, खूप मारीन.’ छोट्या रघूला त्या घटनेबाबत राग, भीती, असाहाय्य भावना इत्यादीचा सामना करावा लागेल. शिवाय मनात गोंधळ असेलच की ‘खोटं बोलल्यावर मला मारलं पण आई स्वत:च खोटं बोलली मग तिला का नाही शिक्षा झाली.’ लहान मुलाच्या सुजाण व्यक्तिमत्त्वाला इथे चालनाच मिळत नाही की ते यातून काही मार्ग काढू शकेल. या घटनेनंतर मुलाचं ‘बालक’ व्यक्तिमत्त्व त्याच्या सगळ्या तीव्र नकारात्मक भावनांसहित प्रभावी बनत राहतं. अशा मुलांना अंतर्गत द्वंद्वाचा सतत सामना करावा लागतो.

याऐवजी ज्या घरात मुलांना फक्त ‘हे करू नको, ते करू नको’ असे सांगण्याऐवजी ते ‘का’ करू नको याचंही स्पष्टीकरण दिलं जातं, त्या विषयाबाबतचं मुलांचं कुतूहल योग्य ती उत्तरं देऊन शमवलं जातं, त्या घरातील मुलांचं ‘सुजाण व्यक्तिमत्त्व’ खूप चांगल्या प्रकारे वाढीस लागतं. त्यांच्या ‘पालक’ साठ्यातील सूचना आणि ‘बालक’ साठ्यातील भावना परस्परपूरक बनल्याने त्यांच्यात एक प्रकारे अंतर्गत सुरक्षितता असते.

अशा प्रकारे, आपल्या ‘पालक’ माहितीसाठ्यात बहुतांशी अशा नियमांची यादी असते जी आपल्याला आपल्या पालकांनी लहानपणी ऐकवलेली असते आणि लहानपणी आपण ती अंतिम सत्य म्हणून स्वीकारलेली असते. याच्याबरोबरीनेच आपल्या ‘बालक’ माहितीसाठ्यात उत्स्फूर्तपणे येणाऱ्या भावनांचा समावेश असतो. पुढे जेव्हा आपल्यासमोर एखादी समस्या उभी राहते तेव्हा या दोन्ही माहितीसाठ्यातील संबंधित नोंदी प्रभावी होतात, आपल्या पालकांनी त्याबाबत ऐकवलेली मतं, नियम आणि त्याचबरोबर त्या वेळी नोंदवलेल्या आपल्या भावना, प्रतिसाद इ. या दोन्ही नोंदींना व्यवस्थित हाताळून, त्याचबरोबर आपण स्वत: घेतलेल्या अनुभवांच्या आधारे समस्येवर तोडगा

काढण्याचा प्रयत्न सुजाण व्यक्तिमत्त्वाला करायचा असतो; पण त्यासाठी 'पालक' तसेच 'बालक' व्यक्तिमत्त्वाच्या प्रभावातून आपल्या मेंदूला अलिप्त मात्र करता आलं पाहिजे तरच तो योग्य विचार करू शकेल. (पहिली दोन व्यक्तिमत्त्वाच्या-पालक आणि बालक-जडणघडणीत आपली स्वत:ची काहीच भूमिका नसते. ही दोन्ही व्यक्तिमत्त्वं आपल्या नकळत आपल्यात निर्माण होत असतात, वाढत असतात; पण सुजाण व्यक्तिमत्त्व घडवण्यासाठी मात्र आपण स्वत: प्रयत्न करू शकतो. आपण आपल्यातल्या सुजाण व्यक्तिमत्त्वाला प्रबळ बनवून आपले एकूण व्यक्तिमत्त्व प्रगल्भ बनवू शकतो. प्रयत्न केल्यास ते आपल्या हातात नक्कीच आहे.) यासाठी सुजाण व्यक्तिमत्त्वाच्या वाढीला बळकटी दिली पाहिजे.

टीप - Transactional analysis ही पद्धत याचबाबत मदत करते.

आपल्यातील या वेगवेगळ्या व्यक्तिमत्त्वांना समजून घेतल्यानंतर आपण संवादाच्या विश्लेषणाकडे वळू यात. संवाद करणारी व्यक्ती वरील तीन व्यक्तिमत्त्वांपैकी कोणत्या व्यक्तिमत्त्वाच्या प्रभावाखाली बोलते आहे आणि ती तशा प्रभावाखाली का आहे हे उदाहरणांच्या मदतीने समजून घेऊ या.

घरोघरी वारंवार आढळणारा हा प्रसंग पहा. घरातील १० वर्षांचा मुलगा अश्विन जेवायला बसला आहे. आई त्याचे ताट वाढते आहे. ताटातील भाजी पाहून अश्विन चिडतो आणि म्हणतो-

अश्विन : रोज रोज मला न आवडणारी भाजी तू मुद्दाम करते. तुला चांगली भाजी करताच येत नाही.

यावर आईसुद्धा चिडूनच उत्तर देते.

आई : असं आहे का ? मग मी आजपासून स्वयंपाकच करणार नाही. तुला हवं ते तू तुझ्या हातानेच बनवून घेत जा.

यावर अश्विन आणखी चिडतो, रागारागात ताटावरून उठून निघून जातो.

या प्रसंगामध्ये जो संवाद घडला आहे तो सुसंवाद तर नक्कीच नाही. या संवादामुळे अश्विन आणि त्याची आई या दोघांच्याही माहितीत, ज्ञानात काही उपयुक्त भर पडली नाही. मात्र, हा विसंवाद जरूर म्हणता येईल, ज्यामुळे फक्त तणावच वाढला.

आता या संवादाचं विश्लेषण करू यात. अश्विनने ताटातील भाजी पाहून ज्या संवादाला सुरुवात केली, तो संवाद अश्विनमधील 'बालक' व्यक्तिमत्त्वाचा प्रभाव होता जो आईमधील 'पालक' व्यक्तिमत्त्वाला उद्देशून होता. मात्र, आईने जो प्रतिसाद दिला तो पालक व्यक्तिमत्त्वाचा नव्हता तर तो आईमधील 'बालक' व्यक्तिमत्त्वातून आलेला होता. सुरुवातीचा संवाद आणि त्याला दिलेला प्रतिसाद जेव्हा एकमेकांना छेद देणारे असतात तिथे संवाद खुंटतो.

याऐवजी जर आईने तिच्यातील 'पालक' व्यक्तिमत्त्वातून अथवा 'सुजाण' व्यक्तिमत्त्वातून प्रतिसाद दिला असता तर संवाद यशस्वी झाला असता, कसा ते पहा.

आई (प्रतिसाद शक्यता १) – सगळ्या भाज्या खायच्या असतात. त्या आपल्याला आवश्यक अशाच आहेत. तेव्हा ही भाजी पण तुला खायचीच आहे. ही खाल्ली तर तुझ्या आवडीचा एक लाडू नंतर देईन.

आई (प्रतिसाद शक्यता २) – या भाजीतून 'ब' जीवनसत्व भरपूर प्रमाणात मिळतं; शिवाय प्रोटीन्ससुद्धा यात भरपूर आहेत. तुला सध्या शाळेच्या बास्केटबॉल टीममध्ये सिलेक्ट व्हायचंय ना ? त्यासाठी तुझ्या शरीरात ऊर्जा आणि ताकद यावी म्हणून मी ही भाजी आज केलीय. खाऊन बघ, तुला आवडेल.

वरील दोन्ही उदाहरणांपैकी पहिला प्रतिसाद हा 'पालक'

व्यक्तिमत्त्वाचा आहे, जो अश्विनला आणखी संवाद चालू ठेवण्यासाठी प्रवृत्त करेल. निदान संवाद तुटणार नाही. या अर्थाने हा प्रतिसाद काहीसा पूरक ठरतो.

दुसरा प्रतिसाद हा 'सुजाण' व्यक्तिमत्त्वाचा आहे; जो माहिती देऊ करतो. अश्विनला विचार करायला भाग पाडतो. जिथे सुसंवादाच्या शक्यता अधिक आहेत.

आत्तापर्यंत आपण पाहिले, की संवाद करताना कुणी जर चटकन निष्कर्षावर येत असेल, आपले टोकाचे मत नोंदवत असेल, प्रत्येक गोष्टीत चटकन न्यायनिवाडा करण्याकडे जास्त कल असेल तर अशा व्यक्तीमध्ये 'पालक' व्यक्तिमत्त्व प्रभावी आहे, असे समजते. तसेच एखादी व्यक्ती सतत भावनाविवश होऊन बोलत असेल; गरज नसताना तिच्या तीव्र भावना उत्स्फूर्तपणे बाहेर पडत असतील (खासकरून नकारात्मक भावना) तर अशा व्यक्तींमधील 'बालक' व्यक्तिमत्त्व प्रभावी असण्याची शक्यता जास्त असते.

सुजाण व्यक्तिमत्त्वाचा प्रभाव असणारी व्यक्ती शांत, संयतपणे बोलणारी असते. दुसऱ्याचे बोलणे नीट लक्षपूर्वक ऐकून त्यावर न्यायनिवाडा न करता प्रगल्भपणे आपले विचार मांडणारी असते. अशा व्यक्तींकडून इतरांना नेहमी काही न काही शिकायला मिळते. ज्ञानात भर घातली जाते. सुजाण व्यक्तिमत्त्वाच्या प्रगल्भ व्यक्ती नेहमी सुसंवाद करताना आढळतात; त्यामुळे त्यांचे इतरांशी परस्परसंबंध नेहमी सलोख्याचे राहतात. अशी माणसे प्रगतिशील असतात. विकासाच्या नव्या संधी शोधताना दिसतात. थोडक्यात, सुजाण व्यक्तिमत्त्वाच्या व्यक्ती नातेसंबंधात, व्यावसायिक पटलावर सगळीकडे यशस्वी झालेल्या दिसतात.

आपणही आपल्यातल्या सुजाण व्यक्तिमत्त्वाला प्रबळ बनवू यात. हे अशक्य मुळीच नाही.

११

प्रभावी वक्ता बना !

संवादाचे विविध पैलू नीट समजून घेतल्यानंतर आता आपण प्रभावी वक्ता बनण्याच्या कौशल्याचा विचार करू यात. एव्हाना आपल्या लक्षात आलंच असेल की जर यशस्वी व्हायचं असेल, आपल्या कामात आपल्याला अनुकूल असा सहकाऱ्यांचा सहभाग वाढवायचा असेल तर त्यांच्याशी आपले संबंध सौहार्दपूर्ण असायला हवे. त्यांचे सहकार्य मिळवण्यासाठी आपल्याला आपली कल्पना, मतं सहकाऱ्यांपर्यंत त्यांना पटेल, समजेल अशा तऱ्हेने पोहोचवायला हवीत. याचसाठी आपल्याला संवाद-कौशल्ये आत्मसात करण्याची गरज आहे.

आपले म्हणणे प्रभावीपणे मांडण्यासाठी वक्त्याने खालील गोष्टींचा अभ्यास केला पाहिजे.

१) वक्त्याचे व्यक्तिमत्त्व - पर्सनॅलिटी

२) मांडला जाणारा विषय/संदेश

३) विषय मांडण्याची पद्धत

१) **वक्त्याचे व्यक्तिमत्त्व (पर्सनॅलिटी)** – प्रभावी वक्ता बनण्यासाठी तुम्ही आकर्षक, सुंदरच असले पाहिजे असे मुळीच नाही. प्रत्येक व्यक्तीची पर्सनॅलिटी तिच्यातील आंतरिक गुणांमुळे उठावदार बनलेली असते. तुमचे राहणीमान स्वच्छ, नीटनेटके असेल; तुमच्या हालचालीतून सकारात्मकता, आत्मविश्वास झळकत असेल, तर तुमची एक चांगली प्रतिमा इतरांपर्यंत पोहोचते. तुमचं म्हणणं ऐकण्यासाठी तुमची चांगली प्रतिमा वातावरण अनुकूल बनवते. तुम्ही मांडत असलेल्या मतांशी तुम्ही स्वत: प्रामाणिक असाल तर तुमच्यातील तळमळ लोकांपर्यंत सहज पोहोचते.

काहींना जनसमुदायासमोर किंवा अनोळखी लोकांसमोर बोलण्याची भीती वाटते. पण अशा व्यक्तींनी भाषणाच्या आधी आरशासमोर उभे राहून स्वत:च्याच डोळ्यात पाहून बोलण्याचा सराव वारंवार करावा. याने आपला आत्मविश्वास वाढण्यास मदत मिळते. भाषणाची उत्तम तयारी, सराव तसेच भाषणाच्या दरम्यान आपले लक्ष आपल्या विषयापासून भरकटू न देता केंद्रित केल्याने हळूहळू त्यांना जाणवेल की जनसमुदायासमोर बोलण्याची भीती ओसरली आहे.

आपल्या व्यक्तिमत्त्वाला नीटनेटक्या पोशाखाची जोड दिल्याने आपला आत्मविश्वास दुणावतो. मात्र, या पोशाखात वावरण्याची सवय भाषणाच्या आधीपासूनच करावी म्हणजे ऐनवेळी अवघडलेपण येत नाही. पोशाखाची निवड आरामदायी आणि त्या त्या प्रसंगानुरूप असावी. आपल्याला स्वत:विषयीची कोणती प्रतिमा इतरांच्या मनात तयार झालेली आवडेल याचा विचार पोशाख निवडताना जरूर करावा. फक्त स्वत:ला आवडतात म्हणून ठरावीक कपडे घालण्यामागे तोटा हा असतो की ते कपडे जर श्रोत्यांच्या सांस्कृतिक रूढींना सुसंगत नसतील तर तुमच्या व्यक्तिमत्त्वाला स्वीकारणं श्रोत्यांसाठी कठीण जातं.

यासाठी भाषणाआधी आपण कोणत्या प्रकारच्या सांस्कृतिक समुदायासमोर बोलणार आहोत, तसेच त्यांचे रूढी, विचार काय आहेत याचा थोडाफार अंदाज करून घ्यावा.

२) **मांडला जाणारा विषय/संदेश** – ज्याबाबत बोलायचंय तो विषय वक्त्याला नीट माहीत असायला हवा. त्या विषयात त्याची रुची हवी. एकदा विषयाची निवड झाली की त्याबाबतची अधिकाधिक माहिती गोळा करून अभ्यासली जावी. आपले वैयक्तिक अनुभव, विषयाबाबतची इतरांची मतं, मुलाखती इत्यादी स्रोतांमधून शक्य तेवढी माहिती मिळवणं उपयोगी ठरतं.

मिळालेल्या माहितीचं नीट वर्गीकरण करून त्या आधारे आपल्या भाषणाचा एक कच्चा आराखडा तयार करा. आपल्याला जे सांगायचंय ते संपूर्ण भाषणापूर्वी कागदावर लिहून पाहिल्याने विषयाच्या मांडणीत सुसूत्रता आणता येते तसेच अनावश्यक अथवा तोचतोचपणा आणणारा भाग टाळता येतो. एकदा का भाषण देण्याचा पुरेसा सराव झाला, म्हणजेच आपण पट्टीचे वक्ते बनलो तर ही सारी प्रक्रिया आपल्याला मेंदूतच पूर्ण करता येते आणि आयत्यावेळी विषय दिला असला तरी त्यावर थोडेफार पण सुसूत्रपणे बोलता येते. मात्र, सुरुवातीच्या काळात ही प्रक्रिया चिकाटीने कागदावर लिहून काढणेच रास्त.

विषय श्रोत्यांना रंजक वाटेल अशा पद्धतीने मांडण्यासाठी त्यात अनुभवांची, विनोदाची कल्पकतेने पेरणी करायला हवी. निव्वळ तत्त्वज्ञानी भाषण ऐकणं जरा कठीणच असतं नाही का ?

भाषणापूर्वी आपले श्रोते कोण आहेत, त्यांची सर्वसाधारण शैक्षणिक, सांस्कृतिक पातळी काय असेल, त्यांचे अंदाजे सर्वसाधारण वय, जास्त प्रमाणात स्त्रीवर्ग असेल की पुरुषवर्ग, मांडत असलेल्या विषयामधील त्यांची समज कितपत असेल इ. बाबींची थोडीफार

चाचपणी करणं फायद्याचं ठरतं. या माहितीचा विचार करून आपण आपल्या भाषणात थोडा फेरफार केला तर श्रोत्यांपर्यंत पोहोचणं सोपं होतं.

तरुण वयोगटातील श्रोत्यांची ऐकण्याची सहनशक्ती वेगळी असते. पाल्हाळ लावून केलेलं भाषण त्यांना कंटाळवाणं वाटू शकतं. मुद्दे नेमकेपणाने, आटोपशीर शब्दात आणि एकदाच उल्लेखलेले त्यांना आवडतात. तरुणाईच्या सळसळत्या आणि बहुरंगी, बहुढंगी अनुभवविश्वातले दाखले दिले तर ते चटकन वक्त्याशी कनेक्ट होतात.

श्रोतेवर्ग मध्यमवयीन प्रौढ असेल तर त्यांना तुमच्याकडून समंजस वैचारिक मतांची अपेक्षा असते त्यांचे अनुभवविश्व, जीवनातले प्रश्न, समस्या या बऱ्याच वेगळ्या असतात. या वर्गाकडे तुमचे विचार ऐकून घेण्याची सहनशीलता अधिक असते.

श्रोत्यांचा शैक्षणिक दर्जा, विषयातील समज याचा अंदाज जर आपण भाषणापूर्वी करू शकलो तर आपला विषय त्या अनुषंगाने फुलवण्यास मदत मिळते. श्रोत्यांना विषयाची थोडीफार माहिती असेल तर त्या माहितीचा थोडक्यात उल्लेख करून विषयाची नवीन माहिती, दुसरी बाजू, निरनिराळे मत प्रवाह यावर अधिक भर द्यावा.

आपले भाषण कोणत्या प्रसंगी, कोणत्या कारणाने होणार आहे याचाही नीट अभ्यास आधीच करावा. त्या संपूर्ण समारंभाचा/कार्यक्रमाचा आराखडा काय आहे, तुमच्या भाषणाआधी व नंतर काय उपक्रम आहेत, याची माहिती घ्यावी. या आधी व नंतरच्या उपक्रमांना आपण आपल्या भाषणाद्वारे जोडू शकलो तर आपले भाषण एकूण कार्यक्रमाच्या सूत्रात नीटनेटके बसलेले वाटेल.

भाषणाआधी ती जागा, ध्वनी व प्रकाश योजनेची व्यवस्था या गोष्टीही लक्षात घ्याव्यात. भाषणावेळी आपण उभे असण्याची जागा

सर्व श्रोत्यांना नीट दिसेल अशा प्रकारे असायला हवी. ध्वनीयोजना सुरळीत काम करते की नाही हेही तपासून घ्यायला हवे. आपला आवाज जर सर्व श्रोत्यांपर्यंत नीट पोहोचू शकला नाही तर श्रोत्यांमध्ये अस्वस्थता, चुळबुळ सुरू होते. आणि श्रोता आणि वक्ता जणू दोन भिन्न ग्रहांवरचे प्राणी एकमेकांकडे फक्त बघत असल्याचं दृश्य दिसू लागतं.

प्रकाशाची योजना ही अशी असावी की ज्यामुळे लाइटचा प्रखर प्रकाश थेट वक्त्यावर पडू नये तसेच तो श्रोत्यांवरही थेट पडता कामा नये.

आपले भाषण दिलेल्या वेळेतच पूर्ण करण्याचा प्रयत्न केला पाहिजे. सर्वसाधारणपणे व्यक्तींची ग्रहणशक्ती सलग एक ते दीड तासच एकाग्रतेने काम करू शकते हे ध्यानात असू द्या.

३) **विषय मांडण्याची पद्धत** – वक्त्याचे भाषणाचे उद्देश वेगवेगळे असू शकतात–

- लोकांना स्फूर्ती, उत्तेजना देण्यासाठी
- मुद्दे पटवून देण्यासाठी
- माहितीपर भाषणे
- मनोरंजनासाठी

भाषणाआधी आपल्या भाषणाचा उद्देश काय आहे हे ठरवलं पाहिजे. वरीलपैकी एकापेक्षा अनेक उद्देश एका भाषणाचे असू शकतात. आपल्या उद्देशाला सुसंगत आपले भाषण असायला हवे.

बोलताना आपल्या आवाजातील चढउतार, कोणत्या शब्दांवर जोर द्यायचा, बोलण्याचा वेग किती ठेवायचा, कोणत्या जागी थांबायचे, कोणत्या वेळी आणि कसे श्रोत्यांकडून प्रतिसाद मिळवायचा अशा छोट्या छोट्या गोष्टींचाही सराव भाषणाआधी करावा.

भाषणात एकसुरीपणा टाळण्यासाठी आणि श्रोत्यांना आपल्या विषयाकडे खेचण्यासाठी त्यांच्याशी मध्येमध्ये संवाद करणं हे प्रभावी वक्त्याचं खास अस्त्र आहे. भाषण जास्तीतजास्त अनौपचारिक शैलीतच असावं, जणू काही आपण श्रोत्यांशी बोलतो आहोत अशा प्रकारे शब्दांची निवड करावी. श्रोत्यांशी संवाद साधताना भाषणाच्या ओघवत्या शैलीत तो केला गेला तर जास्त परिणामकारक ठरतो. ओढून-ताणून, आधी ठरवलंय म्हणून भाषण थांबवून अथवा सततच श्रोत्यांना प्रश्न विचारून बोलतं करायचा प्रयत्न अंगलट येऊ शकतो. या प्रकाराने श्रोते हैराण होतात. कमीतकमी प्रश्न विचारणं, श्रोते स्वतःहून प्रतिसाद द्यायला उत्सुक होतील असे प्रसंग अप्रत्यक्षरीत्या घडवून आणणं, श्रोत्यांच्या नजरेला नजर भिडवून बोलणं इ. काही उपाय परिणामकारक ठरतात.

बोलताना आपली नजर आळीपाळीने सर्वदिशेच्या श्रोत्यांकडे वळवावी. काही जण बोलताना ठरावीक लोकांकडेच (जे त्यांच्या माहितीतील असतात) पाहून संपूर्ण भाषण करतात. या प्रकाराने इतर श्रोत्यांना अपमानास्पद वाटतं, दुर्लक्षित वाटतं. याचा परिणाम हे श्रोते वक्त्यापासून तुटण्यात होतो.

विषयाची आपली तयारी जर समाधानकारक असेल, सरावही व्यवस्थित झालेला असेल तर भाषणावेळी आपल्याला आत्मविश्वास वाटू लागतो. भीती, चिंता या भावनांना दूर ठेवण्यास मदत मिळते. आपली प्रामाणिक तळमळ, उत्साह, सच्चेपणा आपल्या भाषणातून श्रोत्यांपर्यंत पोहोचतोच आणि श्रोत्यांना आकर्षितही करतो हे कायम लक्षात असू द्या.

लेखिकेचा परिचय

डॉ. आशा भागवत BHMS, PGDHM.

अनेक वर्षे पुण्यात स्वतःची मेडिकल प्रॅक्टीस. हॉस्पिटल मॅनेजमेंटचा प्रदीर्घ अनुभव. याबरोबरच काही वर्षांपासून विविध मॅनेजमेंट स्कूलमध्ये व्हिजिटींग लेक्चरर म्हणून कार्यरत.

* 9 7 8 9 3 8 6 4 0 1 4 0 3 *

FCW - #0026 - 061026 - C164 - 216/140/15 - PB - 9789386401403 - Matt Lamination